கவிஞர் தமிழ்ஒளி நூற்றாண்டு வெளியீடு (1924 – 2024)

கவிஞர் தமிழ்ஒளியின் கவிதைகளில் பௌத்தத் தாக்கம்

முனைவர் க. ஜெயபாலன்
தமிழ் இணைப்பேராசிரியர்,
அரசினர் ஆடவர் கலைக் கல்லூரி (தன்னாட்சி),
நந்தனம், சென்னை-600035, செல்பேசி:9003056091
மின்னஞ்சல்: jayabalankannan74@gmail.com
மேனாள் பேரவைக் குழு உறுப்பினர்,
தமிழ்ப்பல்கலைக்கழகம் தஞ்சாவூர்.
செயலாளர், திரிபிடகத் தமிழ் நிறுவனம், சென்னை.

வெளியீடு
பாபாசாகேப் அம்பேத்கர் கலை இலக்கியச் சங்கம்

கவிஞர் தமிழ்ஒளியின் கவிதைகளில் பௌத்தத் தாக்கம்

முனைவர் க. ஜெயபாலன் | முதல் பதிப்பு : டிசம்பர் 2023

பக்கங்கள் : 145 | நூல் அளவு : 14 X 21.5 செ.மீ |

தாள் : 16 கி. என்.எஸ்.மேப்லித்தோ | வடிவமைப்பு: அரும்பு.ப.குமார்

பாபாசாகேப் அம்பேத்கர் கலை இலக்கியச் சங்க வெளியீடு - 11

நூல்கள் கிடைக்குமிடம் : 64/2, இரத்தினசபாபதி தெரு, சென்னை-600 021.

9884744460

விலை ₹ 180/-

ISBN 978-9-36-076023-6

9 789360 760236

நினைவுக்கு

செ.து. சஞ்சீவி

17. 10. 1929 - 20.05.2023

கவிஞர் தமிழ்ஒளியின் நூல்களைத் தனது வாழ்நாளெல்லாம் பதிப்பித்து வெளியிட்ட புகழ்ப் புத்தகாலய உரிமையாளரும் எழுத்தாளருமான அமரர் ஐயா செ.து. சஞ்சீவி.

மு.பா. எழிலரசு

05. 07. 1952 - 11. 06. 2013

எழுத்தாளரும் "எழுச்சி" என்ற பத்திரிகையின் பொறுப்பாசிரியருமாகிய அமரர் ஐயா மு.பா. எழிலரசு

ஆகிய இருபெரும் நல்லோர்களுக்கும் இந்நூலை நினைவுபடுத்துகிறோம்.

பொருளடக்கம்

- **06** — முன்னுரை
- **09** — வாழ்த்துரை
- **12** — வெளியீட்டுரை
- **17** — கவிஞர் தமிழ்ஒளியின் கவிதைகளில் பௌத்தத் தாக்கம்
- **46** — கவிஞர் தமிழ்ஒளியின் சாதி ஒழிப்புச் சிந்தனைகள்
- **55** — மார்க்சிய கவிஞர் தமிழ்ஒளி எழுப்பும் வினாவும் மகாமதுர கவிஞர் முருகேச பாகவதரின் பதில்களும்
- **57** — கவிஞர் தமிழ்ஒளியின் புகழ் பரப்பலில் "எழுச்சி" மு.பா. எழிலரசுவின் பணி
- **59** — எழுச்சி மு.பா.எழிலரசுவின் தமிழ்ஒளி குறித்து வெளிவராத நூல்
- **61** — கவிஞர் தமிழ்ஒளியும் செ.து. சஞ்சீவியும்
- **73** — பண்டிதர் அயோத்திதாசரும் கவிஞர் தமிழ்ஒளியும்
- **90** — கவிஞர் தமிழ்ஒளியின் கவிதைகளில் என்னைக் கவர்ந்த சில பகுதிகள்
- **92** — தமிழ்ஒளியின் கவிதைகளில் வெளிப்படும் சர்வதேச அரசியல்
- **112** — குழந்தை இலக்கியத்திற்குக் கவிஞர் தமிழ்ஒளியின் பங்களிப்பு

பின்னிணைப்பு–1
- **118** — தமிழ்ஒளியின் கவிதைகளில் வெளிப்படும் அடிப்படை பௌத்தத் தத்துவங்கள்

பின்னிணைப்பு–2
- **129** — தமிழ்த் திரையிசைப் பாடல்களில் பௌத்தம்

முன்னுரை

'**க**விஞர் தமிழ்ஒளியின் கவிதைகளில் பௌத்தத் தாக்கம்' என்னும் தலைப்பிலான இச்சிறிய நூல் நூற்றாண்டு காணுகின்ற கவிஞர் தமிழ்ஒளிக்கு பாபாசாகேப் அம்பேத்கர் கலை இலக்கியச் சங்கத்தின் படையல்.

உலகத் தமிழ் ஆராய்ச்சி நிறுவனம் ஒருங்கிணைக்கும் தமிழ்ஒளி நூற்றாண்டு கருத்தரங்கிற்கு எழுதப்பட்ட கட்டுரையும் இன்னும் சில கட்டுரைகளும் இதில் உள்ளன.

தமிழ்ஒளி நூற்றாண்டு விழா குழுவின் செயலாளர் இரா. தெ. முத்து அவர்கள், முதல் கட்டுரை எழுதுவதற்கு மிகுந்த ஊக்கமளித்தார். தமிழ்ஒளி கவிதைகளிலும் பாபாசாகேப் அம்பேத்கர் கருத்துக்களிலும் ஆழ்ந்த ஈடுபாடு கொண்ட ஐயா மணி அவர்களும் ஐயா கல்வியாளர் பிரின்ஸ் கஜேந்திர பாபு அவர்களும் ஏற்கனவே சென்னைப் பல்கலைக்கழகத்தில் நடத்தப்பட்ட நூற்றாண்டு விழாவிற்கும் நமது கட்டுரையை வழங்கிட மிகுந்த ஊக்கமளித்த சான்றோர்கள் ஆவர். இன்றைக்கு மட்டுமல்ல 20 ஆண்டுகளுக்கு முன்னரே எழுச்சிப் பத்திரிகையின் பொறுப்பாசிரியர் அய்யா மு.பா.எழிலரசு அவர்கள் தமது 'தமிழ்ஒளி இலக்கியப் பாசறை'யின் சார்பில் நடத்தப்பட்ட கருத்தரங்கில் 'தமிழ்ஒளியின் சாதி ஒழிப்புச் சிந்தனைகள்' என்ற கட்டுரையை உரையாக நாம் வழங்கினோம். அப்பொழுது பிரின்ஸ் கஜேந்திர பாபு அவர்கள் தேவநேயப் பாவாணர் நூலக அரங்கத்தில் நடந்த அந்த நிகழ்வில் மிகுந்த ஊக்கமும் பாராட்டையும் வழங்கினார். கட்டுரை 'யாதும் ஊரே' இதழிலும் வெளிவந்தது. தொடர்ந்து தமிழ்ஒளி குறித்து உரைகளையும் கட்டுரைகளையும் வழங்குவதற்கு விடுதலை கலை இலக்கியப் பேரவையின் பொதுச் செயலாளர் கவிஞர் யாழன்-ஆதி, கவிஞர் வெண்ணிலவன் உள்ளிட்ட தோழர்களும் தங்கள் அமைப்புகளின் மூலமாக மிகுந்த ஊக்கத்தை வழங்கினர். கடந்த சில ஆண்டுகளில் பண்டிதர் அயோத்திதாசரும் கவிஞர் தமிழ்ஒளியும் என்ற ஒரு உரையை வழங்குவதற்கும் வாய்ப்பு வழங்கினர்.

மார்க்சிய இயக்கங்களும் மக்கள் இயக்கங்களும் ஒன்றிணைந்து மகத்தான ஒரு புதிய தேசத்தை கட்டமைக்கும் பணிகளில் ஈடுபட வேண்டும் என்பது முற்போக்காளர்கள் அனைவரின் நோக்கம் என்றால் மிகை இல்லை. அவ்வகையான நோக்கத்திற்கு ஒரு சிறு பங்களிப்பாக இத்தகைய ஏடுகளும் விளங்கும் என்றால் அதுதான் இத்தகு படைப்புகளின் பயனாகும்.

எந்த நாட்டிலும் எந்தச் சூழலிலும் சுரண்டும் சக்திகள் ஒரே கருத்துடன் அசையாமல் நிற்கின்றனர். மக்கள் ஜனநாயக சக்திகள் பல்வேறு கருத்துக்களினால் பிரிந்துள்ளனர். அப்படியான பிரிவுகளைக் கடந்து ஜனநாயக சக்திகள் ஒன்றிணைய வேண்டும் என்பதில் பௌத்தக் கருத்துக்களும் மார்க்சிய கருத்துக்களும் இந்திய நாட்டிற்குள் ஒன்றுபட வேண்டும் என்ற சிந்தனை விளைவின் அடிப்படையில் இக்கட்டுரை இயங்குகிறது எனலாம்.

அதையும் கடந்து தமிழ் இலக்கிய உலகில் புகழ் மணம் வீசும் தமிழ்ஒளியின் படைப்புகளின் ஊடே கிடக்கின்ற தத்துவக் கருத்துக்களை ஆராய்ந்து பார்ப்பது மிகுந்த இலக்கியச் சுவை ஊட்டும் ஒன்றாகும். அவ்வகையில்தான் இச்சிறு ஏடு நூலாக வடிவம் பெறுகிறது.

இந்நூல் உருவாக்குவதற்கு ஒத்துழைப்பு நல்கிய பாபாசாகேப் அம்பேத்கர் கலை இலக்கியச் சங்கத்தினர், குறிப்பாக நமது நூல்களை எல்லாம் ஒன்று திரட்டித் தொகுத்து வழங்குவதில் பெரும் உழைப்பைச் செலுத்துகின்ற முனைவர் பெ. விஜயகுமார், தில்லை அம்பலம் என்கின்ற சிதம்பரத்தில் இருந்தாலும் நமது உள்ளத்தில் எப்பொழுதும் இணைந்து நிற்கின்ற அரும்பு.ப.குமார் அவர்கள் சிறந்த பௌத்த ஆர்வலர். ஓவியரும் கூட. அவர்தான் இந்த நூலின் அட்டை மற்றும் நூல் வடிவமைப்பு முழுவதையும் சரி செய்தவர். தக்க இடங்களில் சிறந்த படங்களையும் சேர்த்து இந்த நூலை சோர்வுத் தட்டாத வகையில் மிகச்சிறந்த அழகிய ஏடாக உருவாக்கியிருக்கின்றார். இனிய நன்றிகள்.

இத்தகு சிறு பிரசுரங்கள் நிறைய வெளிவர வேண்டும். தமிழ் இலக்கிய மறுமலர்ச்சியும் மானுட மறுமலர்ச்சியும் ஒன்றிணைய வேண்டும்.

ஓங்குக தமிழ்ஒளியின் புகழ்! உயர்க பௌத்த நெறிகள்!! வாழ்க மானுடம்!!!

சாதனைகளில் சந்திப்போம்.

முனைவர் க. ஜெயபாலன்

வாழ்த்துரை

பாபாசாகேப் அம்பேத்கர் கலை இலக்கியச் சங்கம் வெளியிட்டுள்ள முனைவர் க. ஜெயபாலன் அவர்களின் “கவிஞர் தமிழ்ஒளியின் கவிதைகளில் பௌத்தத் தாக்கம்” என்னும் இந்த ஆய்வு நூல் கவிஞர் தமிழ்ஒளி அவர்களின் நூற்றாண்டில் அவருக்குச் செலுத்தப்பட்ட மெய்யான புகழஞ்சலியாக நான் கருதுகிறேன்.

ஓர் எழுத்தாளர் அவர் வாழும் காலத்தில் அவருக்கு ஏற்பட்ட அனுபவம், அவரின் வாசிப்பின் விளைவாக ஏற்பட்ட புரிதல் ஆகியவற்றை அவர் மறைந்த பின்னர், அடுத்த தலைமுறை, அவர் படைப்புகளில் மூலம் அந்த எழுத்தாளர் கூற வந்த கருத்தை அப்படியே உள்வாங்கி தனது விமர்சனங்கள் வைப்பது மிகவும் அரிது.

அத்தகைய அரிதான படைப்பாக முனைவர் க. ஜெயபாலன் அவர்களின் இந்த ஆய்வு நூல் அமைந்துள்ளது. கவிஞர் தமிழ்ஒளி குறித்தும் அவரின் படைப்புகள் குறித்தும் இதுவரை வெளிவந்துள்ள நூல்களில் மிகவும் சரியாக அவரை உணர்ந்து, அவர் முன் வைத்த தத்துவங்களை உள்வாங்கி, இன்றையச் சூழலுக்குப் பொருந்தும் படியாக மிகவும் நேர்த்தியாகத் தனது ஆய்வுக் கட்டுரைகளை அமைத்துள்ளார் முனைவர் க. ஜெயபாலன்.

கவிஞர் தமிழ்ஒளி பௌத்தத்தை எவ்வாறு உணர்ந்தார் என்பதோடு, அவர் மார்க்ஸியம் முன்வைக்கும் இயங்கியல் (Dialectic) கோட்பாட்டின் அடிப்படையில் சமூகச் சிக்கலுக்கான தீர்வை முன்வைத்துள்ளார் என்பதைத் தெளிவுபட விளக்குகிறார் முனைவர் க. ஜெயபாலன்.

கவிஞர் தமிழ்ஒளி வாழ்ந்த காலத்தில் வாழ்ந்த தமிழ் அறிஞர்கள், அவருக்கு முன்னோடியாக திகழும் அறிஞர்கள், அண்ணல் அம்பேத்கர் அவரின் கருத்தியலுக்கும் கவிஞர் தமிழ்ஒளி அவர்களின் கருத்தியலுக்கும் உள்ள ஒற்றுமை உள்ளிட்ட பல அரிய புரிதல்கள் இவரின் ஆய்வில் வெளிப்படுகின்றன.

அண்ணல் அம்பேத்கர் அவர்கள் சோஷலிசப் பொருளாதார அமைப்பில்தான் சமூகச் சமத்துவம் சாத்தியம் என்பதை மிகவும் தெளிவாகக் கூறுகிறார். அவரின் 1946 டிசம்பர் 17 அரசியல் சாசன நிர்ணய சபை உரையே அதற்குச் சான்று.

சாதி ஒழிக்கப்படாமல் சமூகச் சமத்துவம் சாத்தியம் இல்லை. எனவே, சாதியின் கொடுமைகளை நன்கு உணர்ந்த கவிஞர் தமிழ்ஒளி சாதி ஒழிப்பிற்கான பாதையைத் தெளிவுபட விளக்குகிறார்.

மார்க்சியத்தின் மூலக்கூறு பௌத்தம் என்பதை யாரும் மறுக்க இயலாது. 2500 வருடத்திற்கு முன்பிருந்த மார்க்ஸ் என்றால் அதுதான் புத்தர். பத்தொன்பதாம் நூற்றாண்டின் புத்தர் என்றால் அதுதான் மார்க்ஸ் என்பதே அண்ணல் அம்பேத்கர் அவர்கள் கண்டறிந்த உண்மை.

அதை அப்படியே உள்வாங்கியவராக கவிஞர் தமிழ்ஒளி திகழ்கிறார். பௌத்தம் வாழ்வியல் தத்துவம். இந்தியாவில் மாயாவாத கோட்பாடு முன்வைத்த இதிகாசங்கள் மனிதர்களை அடிமைத்தனத்தில் வாழப் பழகிவிட்டதுடன் அதை ஏற்றுக் கொள்ளும் மனநிலைக்கு மக்கள் ஆளாக்கப்பட்டுள்ளனர் என்பதே இந்தியச் சமூகத்தின் பெரும் சிக்கல்.

இந்தச் சிக்கலை நன்குணர்ந்த புத்தர், இந்த உலகில் உள்ள சிக்கல் இந்த உலகில் உள்ள மனிதர்களால் உருவானது. தீர்வையும் மனிதர்கள்தான் கண்டுபிடிக்க வேண்டும் என்பதைத் தெளிவுபட விளக்கினார்.

மார்க்சிய வெளிச்சத்தில் பௌத்தத் தம்மக் கோட்பாடுகளை உள்வாங்கி இன்றையச் சிக்கலுக்கான தீர்வை முன்வைத்த கவிஞர் தமிழ்ஒளியை முழுமையாக உணர்ந்துக் கொள்ள மிகச் சிறந்த அறிமுகமாக இந்த நூல் அமைந்துள்ளது.

முனைவர் க. ஜெயபாலன் அவர்களின் மொழிநடை வாசகரை ஈர்க்கும் வகையில் அமைந்துள்ளது. அவரின் எழுத்தாற்றல் கருத்தைச் சரியாக உள்வாங்க உதவுகிறது.

கவிஞர் தமிழ்ஒளியின் நூற்றாண்டில் முனைவர் க. ஜெயபாலன் அவர்களால் எழுதப்பட்டு பாபாசாகேப் அம்பேத்கர் கலை இலக்கியச் சங்கத்தால் வெளியிட்டப்பட்டுள்ள இந்த நூல் சமூக மாற்றத்தில் அக்கறை கொண்ட அனைவரும் வாசிக்க வேண்டிய அரிய கட்டுரைகளைக் கொண்டுள்ளது.

சமூக மாற்றத்தை விரும்புகின்ற நபர்களுக்குள் தத்துவம் அல்லது நடைமுறை குறித்த முரண்பாடுகளைக் காணமுடியும். முரண்பாடுகளை விலக்கி உடன்படும் புள்ளிகளைக் கண்டுபிடிக்க இந்த நூல் ஒரு கருவியாக பயன்படும் என்று உறுதியுடன் நம்புகிறேன்.

பு.பா. பிரின்ஸ் கஜேந்திர பாபு
பொதுச் செயலாளர்
பொதுப் பள்ளிக்கான மாநில மேடை

வெளியீட்டுரை

தமிழ் ஆய்வுலகில் தொடர்ந்து பல நல்ல நூல்களை வெளியிட்டுப் புது வெளிச்சத்தைப் பாய்ச்சி வருபவர் பேராசிரியர் அவர்கள். தமிழ் ஒளியின் நூற்றாண்டில் 'கவிஞர் தமிழ்ஒளியின் கவிதைகளில் பௌத்தத் தாக்கம்' எனும் தலைப்பில் நூல் கொண்டு வருவது மகிழ்ச்சி அளிக்கிறது.

'போற்றுதலுக்குரிய பொதுவுடமைக் கவிஞர் தமிழ்ஒளி கவிதைகளில் வெளிப்படும் பௌத்தச் சிந்தனைகளைப் பேராசிரியர் அவர்கள் இந்நூலில் நன்கு விளக்கியுள்ளார். மேலும் தமிழ்ஒளியை ஆராய்ச்சி செய்தவர்கள், அவரை முன்னெடுத்த முன்னோடிகள் பற்றியும் போற்றி எழுதியுள்ளார்.'

தமிழ்ஒளியின் கவிதைகளில் வெளிப்படும் பன்முகச் சிந்தனைகளை எளிமையாகப் புரிந்து கொள்ளும் வகையில் இந்நூல் படைக்கப்பட்டுள்ளது. குறிப்பாக, பௌத்தக் கருத்துகள், சாதி ஒழிப்புச் சிந்தனைகள், சர்வதேச அரசியல் கருத்துகள், குழந்தை இலக்கியம் உள்ளிட்ட பொருண்மைகளில் கட்டுரைகள் அமைந்துள்ளன.

தமிழ்ஒளியின் கவிதைகளில் வெளிப்படும் பௌத்தக் கருத்துகளின் தாக்கத்தை நுட்பமாக ஆய்ந்தறிந்து வெளிப்படுத்தியுள்ளார். தொடர்ந்து பௌத்த இலக்கியங்களை வாசிப்பதும் அவற்றில் ஆழங்கால் பட்டிருப்பதன் காரணமாக இத்தகைய முயற்சி பேராசிரியரால் சாத்தியப்பட்டிருக்கிறது.

பேராசிரியர் அவர்கள் இருபது ஆண்டுகளுக்கு மேலாக தமிழ்ஒளி கவிதைகளில் தோய்ந்த அனுபவம் கொண்டவராக இருக்கிறார். செ.து.சஞ்சீவி, மு.பா.எழிலரசு, பிரின்ஸ் கஜேந்திர பாபு

உள்ளிட்டவர்களின் நட்பிலிருந்து தமிழ்ஒளியின் புகழைப்பரப்பி வந்ததன் தொடர்ச்சியாக இந்நூலை எழுதியுள்ளார் என்றால் மிகையில்லை.

தமிழ்ஒளியின் நூல்களை மக்களிடத்தே கொண்டு சேர்த்த செ.து. சஞ்சீவி அவர்களை 2016 ஜூலை 4 ஆம் நாள் அவரது இல்லத்தில் சந்தித்து, தமிழ்ஒளி குறித்து நீண்ட நேரம் உரையாடி நூல்கள் வாங்கி வந்தவர் பேராசிரியர் அவர்கள். அந்த சந்திப்பில் உடனிருந்த எனக்கு ஐயா செ.து. சஞ்சீவி பற்றிய அறிமுகம் கிடைத்தது. இன்றைக்கு அவர் இல்லை என்றாலும் தமிழ்ஒளி நூல்கள் வழி ஐயா அவர்கள் வாழ்ந்து கொண்டிருப்பார். பேராசிரியர் அவர்கள் இந்நூலில் செ.து. சஞ்சீவி அவர்களை நினைவு கூர்ந்து போற்றியுள்ளார்.

அதைப்போல 'தமிழ்ஒளி இலக்கியப் பாசறை' வழியாக ஐயா மு.பா. எழிலரசு அவர்கள் தமிழ்ஒளியின் புகழ் பரப்புவதற்கு மேற்கொண்ட மகத்தான பணிகளையும் இந்நூலில் வெளிப்படுத்தியுள்ளார். அவர்களையும் இந்நூலில் நினைவு கூர்ந்து போற்றியுள்ளார்.

நூலாசிரியராகத் தன்னை மட்டும் முன்னிலைப்படுத்திக் கொள்ளாமல் தமிழ்ஒளிக்காக உழைத்தவர்கள், புகழ் பரப்பியவர்கள், ஆய்வுச் செய்தவர்கள் என அத்தனைப் பேரையும் இந்நூலில் நினைவுபடுத்திப் போற்றி இருப்பது அவரது ஆய்வியல் அறத்தைக் காட்டுகிறது.

இந்நூலில் பேராசிரியர் அவர்கள் தமிழ்ஒளியின் அற்புதமான கவிதை வரிகளையும் புரட்சிகரமான சிந்தனைகளையும் எடுத்துக் கொடுத்துள்ளார். இதன் வழியே தமிழ்ஒளி பற்றிய உயர்ந்த மதிப்பீட்டினை வாசிப்பாளர்கள் பெறமுடியும்.

'பொதுவுடமைச் சிந்தனையாளர்களும் சமத்துவ, முற்போக்குச் சிந்தனையாளர்களும் ஒன்றிணைந்து சமூக மாற்றத்தை உருவாக்க வேண்டும்' என்ற உயர்ந்த நோக்கத்தை

இந்நூலில் வெளிப்படுத்தியுள்ளார். இயக்கங்கள் ஒன்றிணைந்து தமிழ்ஒளிக்குப் பெருமை சேர்க்க வேண்டும். அவ்வகையில் முன்முயற்சியாக பாபாசாகேப் அம்பேத்கர் கலை இலக்கியச் சங்கம் இந்நூலை வெளியிடுவதில் பெருமை கொள்கிறது.

பாபாசாகேப் அம்பேத்கர் கலை இலக்கியச் சங்கம் 2017 இல் தொடங்கப்பட்டதிலிருந்து சென்னைப் பல்கலைக்கழகம், பாபாசாகேப் அம்பேத்கர் மணிமண்டபம், இக்சா மையம் உள்ளிட்ட இடங்களில் மறைக்கப்பட்ட ஆளுமைகளையும் முன்னோடிகளையும் நினைவுகூர்ந்து கருத்தரங்கம் மற்றும் நூல்கள் வெளியிடப்பட்டுள்ளன. அது மட்டுமல்லாமல் கொரோனா பேரிடர் காலத்தில் தொடர்ந்து இணைய வழியில் பல்வேறு கருத்தரங்களை நடத்தியுள்ளதும் குறிப்பிடத்தக்கது.

தென்னிந்திய பௌத்த மறுமலர்ச்சி இயக்கப் பணிகள் குறித்தும் அயோத்திதாச பண்டிதர், ஏ.பி. பெரியசாமி புலவர், இ.நா. அய்யாக்கண்ணு புலவர், ஜி. அப்பாதுரையார், பாபாசாகேப் அம்பேத்கர், வீ.வே. முருகேச பாகவதர் உள்ளிட்ட ஆளுமைகள் குறித்தும் நூல்கள் வெளியிட்டும் வெளியிடுவதற்குத் திட்டமிட்டும் இலக்கியச் சங்கம் செயல்பட்டுக் கொண்டிருக்கிறது. இலக்கியச் சங்க வெளியீட்டில் இதுவரை பத்து நூல்கள் வெளிவந்துள்ளன. பதினோராவது நூலாக இந்நூல் வெளிவருவது மகிழ்ச்சி அளிக்கிறது.

முனைவர் பெ. விஜயகுமார்,
பொருளாளர்,
பாபாசாகேப் அம்பேத்கர் கலை இலக்கியச் சங்கம்.
சென்னை

கவிஞர் தமிழ்ஒளி

தோற்றம்: 21.09.1924   மறைவு: 29.03.1965

1. கவிஞர் தமிழ்ஒளி கவிதைகளில் பௌத்தத் தாக்கம்

கவிஞர் தமிழ்ஒளி இருபதாம் நூற்றாண்டுத் தமிழ் மொழியின் முக்கியமான ஒரு கவிஞர் ஆவார். இருபதாம் நூற்றாண்டு இலக்கியச் சிற்பிகளுள் ஒருவராகவும் உள்ளார். அவர் மார்க்சியக் கவிஞராக, (பொதுவுடமைக் கவிஞராக) அறியப்படுகிறார். அவர் எந்த அளவுக்குப் பொதுவுடமைக் கவிஞராக உள்ளாரோ அதே அளவுக்குப் பௌத்தத் தத்துவமும் அவர் கவிதைகளில் தாக்கம் நிகழ்த்தியுள்ளது. அது எந்த வகையில் உள்ளது என்பதை இக்கட்டுரை ஆராய முற்படுகிறது.

1. கவிஞர் தமிழ்ஒளியும் அவர் காலத் தமிழ்க் கவிஞர்களும்

கவிஞர் தமிழ்ஒளி மட்டுமின்றி இருபதாம் நூற்றாண்டுத் தமிழகத்தில் தோன்றிய அல்லது இந்தியாவில் தோன்றிய அனைத்துக் கவிஞர்களுமே புத்தரின் பெருமைகளை மிக நன்கு தங்கள் கவிதைகளில் வெளிப்படுத்தி உள்ளனர்.

தமிழ் மொழியில், மகாகவி பாரதியார், திருப்பத்தூர் ஏ.பி. பெரியசாமி புலவர், புரட்சிக்கவி பாரதிதாசன், கவிமணி தேசிக விநாயகம் பிள்ளை, இச்சிப்புத்தூர் நாராயணசாமி அய்யாக்கண்ணு புலவர், நாமக்கல் வெ. ராமலிங்கம் பிள்ளை,

மதுர கவிஞர் முருகேச பாகவதர், யோகி சுத்தானந்த பாரதி, ச.து.சு யோகியார், கம்பதாசன், கண்ணதாசன், பட்டுக்கோட்டை கல்யாணசுந்தரம், தத்துவக் கவிஞர் குடியரசு, கவிஞர் சுரதா, கவிஞர் கா.மு. ஷெரிப், பாவலர் வரதராசன் உள்ளிட்ட அனைத்துக் கவிஞர்களுமே புத்தரின் கருணையும் அன்பையும் அறிவுத் தேடலையும் மனித சமூகத்திற்கு அவர் தந்த சிறந்த பொன்மொழிகளை ஏதோ ஒரு வகையில் காவியங்களாகவோ சிறு கவிதைகளாகவோ வெளிப்படுத்தி உள்ளனர்.

2. பத்தொன்பதாம் நூற்றாண்டுத் தமிழ் இலக்கியமும் இருபதாம் நூற்றாண்டு தமிழ் இலக்கியமும்: மாற்றங்களுக்கான பின்புலங்கள்

ஓர் ஒப்பீட்டுக்காக 19—ஆம் நூற்றாண்டுத் தமிழ் இலக்கியங்களையும் 20—ஆம் நூற்றாண்டுத் தமிழ் இலக்கியங்களையும் நாம் எடுத்துப் பார்த்தால் மிகப்பெரிய வேறுபாட்டைக் காணமுடியும். 19ஆம் நூற்றாண்டுத் தமிழ் இலக்கியங்களில் பக்தி பாடல்களும் சிற்றிலக்கியங்களும் ஐரோப்பியர் செய்த முன்முயற்சிகளையும் அவர்களைப் பின்பற்றி சுதேசியர்கள் செய்த பல முன்னோடி பணிகளையும் அங்கே நாம் காண முடியும். இருபதாம் நூற்றாண்டுத் தமிழ் இலக்கியத்தில் அதற்கு முற்றிலும் வேறு பல்வேறு புதிய இலக்கிய வடிவங்களையும் பல்வேறு புதிய பாடு பொருள்களையும் தமிழ் இலக்கியத்தில் காணுகிறோம். இதற்கான பின்புலமாக 19—ம் நூற்றாண்டிலேயே தோன்றிய சமய மறுமலர்ச்சி இயக்கங்களும் இருபதாம் நூற்றாண்டில் தோன்றிய அரசியல் மறுமலர்ச்சி இயக்கங்களும் தமிழ் இலக்கியத்தின் பாடுபொருளை, புதிய வடிவங்களை மிக சிறப்பாக உருவாக்கின என்றால் மிகை இல்லை. இது இந்தியாவின் அனைத்து மொழிகளுக்குமே ஏற்பட்ட மாறுதல் தான். ஏன் இந்தியாவின் மொழிகள், இலக்கியங்கள் என்று சொல்வதை விட ஆசிய மண்ணில் அனைத்து மொழிகளுக்குமே

ஏற்பட்ட மாறுதல்தான் இந்திய மொழிகளுக்கும் தமிழ், திராவிட மொழிகளுக்கும் ஏற்பட்டன என்றால் மிகை இல்லை.

இவ்வகையில் சமுதாய, சமய, அரசியல் மாற்றங்களுக்கு ஏற்ப தமிழ் மொழியும் மாறுதல் பெற்றது. மேலை நாட்டின் பல்வேறு விதமான அறிவியல் கண்டுபிடிப்புகளும் வாழ்வியல் மாற்றங்களும் மட்டுமின்றி நவீன விடுதலைக் கருத்துக்களும் கூட ஐரோப்பிய மண்ணிலிருந்து கிழக்கு உலகம் பெற்றது. 16, 17 ஆம் நூற்றாண்டுகளில் ஐரோப்பாவில் ஏற்பட்ட நவீனத் தொழில் புரட்சி, அறிவியல் புரட்சியின் சிந்தனைகள் அனைத்தும் கீழைத்தேய நாட்டின் கருத்துக்களில் மாபெரும் தாக்கத்தை உருவாக்கின. மேலும் இங்கிலாந்தின் அரசியல் சிந்தனைகள், பண்டைய கால கிரேக்கத்தின் சிந்தனைகள், பிரெஞ்சு நாட்டின் பல்வேறு சமத்துவ உணர்வுகள் இவை யாவும் ஆசிய நாடுகள் பலவற்றிலும் மளமளவென்று இருபதாம் நூற்றாண்டில் வளர்ச்சி பெற்றன.

போக்குவரத்துச் சாதன வளர்ச்சி, தபால், தந்தி வளர்ச்சி, அச்சு ஊடக வளர்ச்சி உள்ளிட்ட வளர்ச்சிகளினால் மக்களின் சிந்தனைகளில் பல்வேறு மாற்றங்கள் ஆசிய மண்ணில் மட்டுமின்றி பல்வேறு காலனிய நாடுகளிலும் உருவாயின.

ஐரோப்பியக் கருத்துகளின் தாக்கத்திற்குப் பிறகு ஆசியர்கள் குறிப்பாக இந்தியர்கள் தங்களின் மூலக்கருத்தியல்களில் இவ்வாறான செய்திகளைத் தங்கள் இலக்கியங்களில் தங்கள் மொழிகளில் இருந்து தேடத் துவங்கினர். அவ்வகையில் வரலாறு, தொல்லியல், மொழியியல், இலக்கியம் உள்ளிட்ட பல்வேறு துறைகளில் ஐரோப்பியர்கள் செய்த ஆய்வுகளினாலும் சுதேசியர்கள் செய்த ஆய்வுகளினாலும் இந்திய மண்ணுக்கே உரிய பல்வேறு சிறப்பம்சம் பொருந்திய

பௌத்தம் போன்ற தத்துவங்களும் பல்வேறு புனித நூல்களும் தமிழ் மொழியில் திருவள்ளுவர் உள்ளிட்டோர் படைத்த இலக்கியங்களும் சங்க இலக்கியம் போன்ற சமத்துவ வாழ்வின் இலக்குகளைக் கொண்ட இயற்கை இலக்கியங்களும் மிகச் சிறப்பாக மீண்டும் உலகத்திற்குக் கிடைத்தன.

நவீன வாழ்விலிருந்து வெளிப்பட்ட சுதந்திரம், சமத்துவம், சகோதரத்துவம் உள்ளிட்ட உணர்வுகள் ஏற்கனவே இந்திய மண்ணில் புத்தரின் மொழிகளிலும் மற்றும் உபநிடதங்கள் உள்ளிட்ட பல்வேறு சமஸ்கிருத நூல்களிலும் தமிழ் இலக்கியத்தின் பண்டைய படைப்புகளிலும் இருந்ததை தமிழ் அறிஞர்கள், இந்திய அறிஞர்கள் மிக நன்கு உணர்ந்து கொண்டனர். எனவே இருபதாம் நூற்றாண்டில் இந்த நாட்டின் முன்னோடி அறிஞர்கள் தந்த சமத்துவ உணர்வுகளைச் சகோதரத்துவ சிந்தனைகளை விடுதலை கூறுகளைத் தங்கள் படைப்புகளில் கொண்டு வந்தனர்.

இந்த வகையில்தான் இருபதாம் நூற்றாண்டு, பண்டைய இலக்கியங்களின் மேன்மைகளையும் மேற்கத்திய உலகின் விடுதலைக் கூறுகளையும் இணைத்து மொழியையும் நாட்டையும்

சமுதாயத்தையும் புதுமைப்படுத்தும் நோக்கில் புதுமையாக வெளிப்பட்டன. எனவேதான் இருபதாம் நூற்றாண்டு இலக்கியங்களை மக்கள் இலக்கியங்கள் என்று கூறும் வகையில் அவை மிளிர்ந்து எழுந்தன; மேன்மைப் பெற்றன.

3. கவிஞர் தமிழ்ஒளியின் கவிதைகளில் புத்தர் பற்றிய செய்திகள்

எந்த ஒரு கவிஞனின் வாழ்க்கையையும் நாம் அறிவது என்பது அந்தக் கவிஞர் எந்த எந்த காலங்களில் எவ்வாறான கருத்துக்களை எடுத்துக் கொண்டார் அதற்கான அகப்புறச் சூழல்கள் என்ன என்பதை அறிவதே ஆகும். அவ்வகையில் கவிஞர் தமிழ்ஒளி அவர்கள் 1940 அளவுகளில் ஏறத்தாழ அவரது 16, 17 வயதிலேயே காரல் மார்க்ஸியத் தத்துவங்களுக்குத் தன்னை ஈடுபடுத்தி விட்டார். அதே நேரத்தில் கவிஞர் தமிழ்ஒளியிடம் மரபார்ந்த இந்திய தமிழ் மொழி மற்றும் பௌத்தத் தத்துவங்கள் போன்ற சிறந்த விடயங்களை விட்டுத்தர இயலாத நிலையில் இருந்துள்ளார்.

அதாவது இந்திய நாட்டின் தலைசிறந்த கோட்பாடுகள், மொழி, தத்துவக் கொள்கைகளைச் சிறந்த அறிஞர்கள் எவரும் விட்டுத் தருவதில்லை. அதே வகையிலேயே கவிஞர் தமிழ்ஒளியும் காரல்மார்க்ஸின் சிறந்த தத்துவங்களோடு இந்திய நாட்டின் சிறந்த கருத்துக்களையும் இணைத்துக் கொண்டு பயணித்தார் என்பதை அவரது வாழ்க்கைக் காட்டுகிறது.

தமிழ் மண்ணின் முன்னோடி பொது உடமை அறிஞரான ம. சிங்காரவேலர் உள்ளிட்டவர் எவ்வாறு காரல் மார்க்ஸின் கருத்துக்களில் ஈடுபாடு கொண்டிருந்தார்களோ நவீனச் சமுதாய உருவாக்கத்தில் நம்பிக்கை கொண்டிருந்தார்களோ அதே அளவுக்கு இந்த நாட்டில் தோன்றிய உயர்ந்த சிந்தனை மரபுகளின் மீதும்

புத்தர் பிறந்தார்
கவிஞர் தமிழ்ஒளி

அவர்களுக்குப் பற்று இருந்தது. அவ்வகையில்தான் ஒரு கவிஞராக தமிழ் மொழியில் உருவான தமிழ்ஒளி அவர்கள் தமிழ் மொழியின் மீதும் பௌத்தத் தத்துவத்தின் மீதும் பேரீடுபாடு கொண்டிருந்தார் எனலாம். "வர்க்கம்தான் சிந்தனையைத் தீர்மானிக்கிறது" என்ற அடிப்படையில் தமிழ்ஒளி பௌத்தத்தின் மீது ஈடுபாடு கொண்டது அவர் இந்தியச் சமுதாயக் கட்டமைப்பில் விளிம்பு நிலை சமூகத்தில் இருந்து வந்தவர் என்பதனாலேயே பௌத்தத்தை ஏற்றுக் கொண்டார், மார்க்சியத்தை ஏற்றுக் கொண்டார் என்று சிலர் மேம்போக்காகக் கூறி விடுகின்றனர். அவ்வாறு கூறுதல் இயலாது. இந்தியச் சமுதாயத்தின் சகல தரப்பிலும் அறிவும் ஆற்றலும் தேடலும் கொண்டு விளங்கியவர்கள்தான் பௌத்தத்தையும் மார்க்சியத்தையும் நோக்கி நகர்ந்தனர் என்பது இருபதாம் நூற்றாண்டு இந்திய வரலாறு காட்டுகின்ற பாடம். அந்த வகையில் நாம் தமிழ்ஒளியையும் அணுகுதல் வேண்டும்.

மேலும் இருபதாம் நூற்றாண்டின் தொடக்க காலங்களில் சிந்து சமவெளி ஆய்வுகள் வெளிவந்து ஒரு புதிய வெளிச்சத்தை உலகிற்குத் தந்ததைப்போல, 21ம் நூற்றாண்டில் கீழடி ஆய்வுகள் வெளிவந்து தமிழினத்தின் மாண்பையும் சிறப்பையும் வெளியே கொண்டு வந்து தமிழின் தொன்மையை, தமிழின் நவீன வாழ்க்கை முறையை இன்னும் மேலே காலத்தால் முந்திய தன்மையை எடுத்துரைப்பதைப்போல இந்திய மண்ணில் ஐரோப்பிய அறிஞர்களால் புத்தரின் வரலாறு சார் தொல்லியல் தரவுகள், இலக்கியங்கள் புதுமையாக வெளிப்பட்டு இந்திய மண்ணில் புத்தொளி பாய்ச்சின. மார்க்சியம் என்ற தத்துவம் எவ்வாறு இருபதாம் நூற்றாண்டில் ஆசிய நாடுகளில் உள்வாங்கப்பட்டு பார்க்கப்பட்டதோ அதைப்போலவே அமெரிக்க ஐரோப்பிய நாடுகளில் பௌத்தம் மிக ஆழமாக அணுகப் பார்க்கப்பட்டது என்பது இங்கு ஒப்பிட்டுப் பார்க்க வேண்டும்.

கீழைய நாட்டவராகவும் மார்க்சியப் பண்பினை ஏற்றவராகவும் இருந்த கவிஞர் தமிழ்ஒளிக்குப் பௌத்தமும் இயல்பாகவே உணரும் ஒரு விடயமாக அமைந்தது. அதற்குத் தமிழக இந்திய அளவில் ஏற்பட்டிருந்த பௌத்த மறுமலர்ச்சி இயக்கங்களும் ஒரு புறக் காரணம் என்றால் மிகையன்று.

அவ்வகையில்தான் புத்தரின் கருத்துக்களை ஆங்காங்கே தமது பாடல்களில், உரைநடையில், காவியங்களில், கதைகளில் வெளிப்படுத்தி உள்ளார். அவை அனைத்தையும் எழுதுவது பெரிய நூலாகும் சிலவற்றை இவண் சுட்டுவோம்.

"வருங்கால மனிதனே வருக" என்ற கவிதையில் பின்வருமாறு கவிதையைத் தொடங்குகின்றார்

"புத்தர் நடந்த திசையிலே அருள்
பொங்கி வழிந்த திசையிலே
சித்தம் மகிழ்ந்து நடந்திட
ஒரு தெய்வ மனிதன் வருகிறான்"

இக்கவிதை அமுதசுரபி 1955 இல் வெளியிட்ட கவிதையாகும்.

"கல்வி என்பது கண்ணாடி
கடையில் இல்லாத கண்ணாடி
அல்லும் பகலும் அதைப் பார்த்தால்
அகமும் முகமும் அழகாகும்"

(பக்கம்: 278 தமிழ்ஒளி கவிதைகள், மக்கள் பதிப்பு, புகழ்ப் புத்தகாலயம், 2018)

என்ற இக்கவிதை சிறுவர்களுக்காக கவிஞர் தமிழ்ஒளி எழுதிய நான்கு வரிப் பாடலாகும். நிறைய பாடல்களை இவ்வகையில் அவர் எழுதியுள்ளார்.

முனைவர் க. ஜெயபாலன்

தமிழ்நாட்டில் பௌத்தப் பெரியார் மு. சுந்தரராசன் என்பவர் தமிழ் மொழியில் 70, 80களில் அண்ணல் அம்பேத்கரின் கருத்துக்களை மொழிபெயர்த்துத் தந்த முன்னோடி அறிஞர் ஆவார். அவர் "பௌத்தக் கண்ணாடி" என்று ஒரு நூலையே எழுதியுள்ளார்.

மேலும் புத்தரது உரைகளைச் சென்று கவனித்தால் தனது மகன் (மகன் என்ற பற்றையும் கடந்தவர் புத்தர். இங்கு ஒரு புரிதலுக்காகச் சொல்லப்படுகிறது) இராகுலனுக்குப் புத்தர் கூறிய அற்புதமான உரைகளில் ஓர் உரையில்,

"இராகுலா! கண்ணாடி எதற்குப் பயன்படுகிறது? நமது முகத்தைப் பார்க்க, அதை சரி செய்துக் கொள்ளப் பயன்படுகிறது. அவ்வாறே நீ எந்தச் செயலையும் செய்வதற்கு முன்னர் மனத்தினால் அதைச் சிந்தித்துப் பார்க்க வேண்டும். இது நல்லதா கெட்டதா என்று யோசிக்க வேண்டும். இது நல்லதா கெட்டதா என்று யோசித்துப் பிறகு அதை வார்த்தையாக, செயலாக வெளிப்படுத்த வேண்டும்" என்று கூறியுள்ளார். இவ்வாறு தமிழ்ஒளியின் கவிதைகளில் மிக இயல்பாக வெளிப்படும் பல்வேறு கருத்துக்கள் பௌத்தச் சிந்தனைகளோடு மிக விரிவாக ஒப்பிட்டு ஆராயத் தக்கன.

4. கவிஞர் தமிழ்ஒளியின் காலத்தில் வெளிவந்த தமிழ்ப் பௌத்த நூல்கள்

பண்டிதர் அயோத்திதாசரும் அவரது பௌத்த மறுமலர்ச்சி இயக்கமும் 19ஆம் நூற்றாண்டின் இறுதியில் இருந்து 20—ம் நூற்றாண்டின் தொடக்க காலங்களிலேயே பல்வேறு நூல்களையும் பத்திரிகைகளையும் நடத்தி ஒரு மிகப்பெரிய பௌத்த மறுமலர்ச்சியைத் தமிழ் மண்ணில் உருவாக்கினர். பண்டிதர் அயோத்திதாசர் பல்வேறு நூல்களை எழுதினார். அந்த நூல்களில் பலவும் பகுத்தறிவு விமர்சனம் இருந்தது. மேலும் புத்தரது வரலாற்றையும் போதனையையும் மிக அரிய முறையில் "பூர்வ தமிழ்ஒளியாம் புத்தரது ஆதி வேதம்" என்ற தலைப்பில் அயோத்திதாச பண்டிதர் எழுதினார் என்பது குறிப்பிடத்தக்க ஒன்று.

இவ்வாறாகவே அய்யாக்கண்ணு புலவர், பெரியசாமி புலவர் உள்ளிட்டவர்களும் சில பௌத்த நூல்களை கவிதைகளில் எழுதினர். கேப்ரியல் அப்பாதுரையார் அவர்கள் பௌத்த மறுமலர்ச்சி இயக்கத்தின் தளபதியாக விளங்கினார். அவர் 'புத்தர் அருள் அறம்' என்ற நூலை எழுதினார்.

1894 இல் மயிலை சண்முகம் பிள்ளை மணிமேகலையின் மூலத்தை வெளியிட்டார். 1898 இல் உ.வே.சா அவர்கள் குறிப்புரையோடு மணிமேகலையை வெளியிட்டார்.

மணிமேகலை குறித்த உரைகள் விமர்சனங்கள் என்று பலவும் 1940, 50களில் விரிவாக வெளிவந்தன. திரைப்படங்களும் வெளிவந்தன.

மயிலை சீனி. வேங்கடசாமி, போதி மாதவன் நூல் தந்த ப.ராமஸ்வாமி உள்ளிடோரின் நூல்கள் பெரிய வரவேற்பைப் பெற்றன. கவிமணி அவர்களின் 'ஆசிய ஜோதி' தமிழாக்கம் தமிழ் கவிதை உலகில் பரவலான தாக்கத்தை இன்றும் செலுத்துகின்ற ஏடாக விளங்குகிறது. இதுவும் 1940 களில் படைக்கப்பட்ட முக்கியமான படைப்பாகும். மேலும் தமிழ்நாட்டில் பௌத்தம் குறித்த பல முக்கிய ஆய்வுகளும் அன்றைய காலகட்டத்தில் ஆங்கிலத்தில் வெளிவந்தன. இவை யாவையும் நன்கு உள்வாங்கிக் கொண்டு தமிழ்ஒளி செயல்பட்டார் என்பதற்குப் பல சான்றுகள் உள்ளன.

5. சில விமர்சனங்கள்

இயக்கவியல் பொருள் முதல் வாதம், வரலாற்றுப் பொருள் முதல் வாதம், சோசலிச சமூக விஞ்ஞானம் என்ற ஆழமான கருத்துக்களில் ஈடுபாடு கொண்ட கவிஞர் தமிழ்ஒளி அவர்கள் எவ்விதமான விமர்சனங்களும் இல்லாமல் பண்டையக் காலம் பௌத்தச் சமயக் கருத்துக்களை அப்படியே ஏற்றுக் கொண்டு இயங்கியவர் அல்லர்.

பௌத்தக் கருத்துக்களை நவீன இந்தியச் சமூகத்தில் கொண்டு வந்து தந்த பண்டிதர் அயோத்திதாசர், தந்தை பெரியார், அனகாரிக தம்ம பாலா, கர்னல் ஆல்காட், தம்மானந்த கோசாம்பி, பேராசிரியர் லட்சுமி நரசு, பாபாசாகேப் அம்பேத்கர், பேராசிரியர் ராகுல சாங்கிருத்யாயன் உள்ளிட்ட அனைவருமே நவீனகால வாழ்க்கைக்கு ஏற்ப பௌத்தத்தின் கருத்துக்களை எடுத்துக் கொண்டுள்ளனர். அதே நேரத்தில் பௌத்தத்தின் மீது சிலரால் படிந்துள்ள மூடநம்பிக்கைகளையும் கருத்துக்களையும் கூட சாடி உள்ளனர். அதே வகையில் கவிஞர் தமிழ்ஒளியும் இயங்குகின்றார்.

> "புத்தர் திருப்பெயர் உச்சரிப்பார் அவர்
> போர்வை தனைப்பிரித்தால்
> எத்தனையோ பல பாபக் கறைகள்
> இருந்திடும் தோல் உரித்தால்!"

என்ற இந்தக் கவிதையின் வரிகள் மனிதன் ஏட்டில் 1954ல் எழுதியதாகும்.

> "புத்தர் அசோகர் புகழ் நபி
> இயேசு புனிதமிகு காந்தி இத்தகு ஞான சுடர்கள்
> எழுந்தும் இருளர் எனும் கொடியோர்
> சித்தர் அரக்கர் பெருங்கொலை மூடர்
> பிசாசு என ஆடுகின்றார்"

எனத்தொடங்கி பின்வருமாறு முடிக்கின்றார்:

வித்தகர் மண்ணில் பிறந்து பிறந்து நல்
வேதம் தனை வகுத்தார்
இத்தரை மீது பின்பற்றிய சீடர்கள்
எத்தும் வழி வகுத்தார்"

மாபெரும் மனிதர்கள் உருவாக்கிய மரபுகளைப் பின்னால் வந்தவர்கள் எவ்வாறு மாற்றி விடுகின்றனர் என்ற விமர்சனத்தை இந்தக் கவிதையில் காட்டுகின்றார்.

கி.பி. 6 அல்லது 7 ஆம் நூற்றாண்டில் தமிழ் நாட்டில் பல்லவ மன்னன் மகேந்திரவர்மன் இயற்றியதாகக் கூறப்படும் மத்த விலாச பிரகசனம் நூலில் கூட இன்றையப் பின் நவீனத்துவ பாங்கில் காணப்படும் பல்வேறு கருத்து விமர்சனங்களைக் கண்டு நாம் வியக்காமல் இருக்க முடியாது. எனவே 20—ம் நூற்றாண்டில் பொதுவுடைமை கருத்துக்கள் சார்ந்து இயங்கிய ஒரு கவிஞர் சிறந்த தத்துவங்களை எவ்வாறு எல்லாம் பின்னால் வந்தவர்கள் மாற்றி விடுகிறார்கள் என்ற பார்வையை நயமோடு வெளிப்படுத்தி இருக்கிறார் என்பதை உணர வேண்டி உள்ளது. இதே வகையில் கவிஞர் பட்டுக்கோட்டை கல்யாணசுந்தரம், பாவலர் வரதராஜன் உள்ளிட்ட பலரும் கூட நிறைய எழுதி உள்ளனர் என்பது குறிப்பிடத்தக்கது.

6. பொதுவுடைமை இயக்கத்தோரின் பௌத்தம் குறித்த சில விமர்சனங்களும் பார்வைகளும்

சிந்தனைச் சிற்பி சிங்காரவேலர் காலம் தொடங்கி இன்றைய முதுபெரும் தலைவர் இரா. நல்லக்கண்ணு ஐயா காலம் வரையில் பல்வேறு பொதுவுடைமை இயக்கத் தலைவர்களும் அறிஞர்களும் கவிஞர்களும் பௌத்தத்தை மிக நுட்பமாக பாராட்டி வாழ்த்தி வரவேற்று உள்ளனர்.

தோழர் ம.வெ. சிங்காரவேலர் பேராசிரியர் லட்சுமி நரசுவோடும் அதற்கு முன்னர் பண்டிதர் அயோத்திதாசரோடும் கொண்டிருந்த தொடர்புகள் அனைவரும் அறிந்ததே.

ப. ஜீவானந்தம் அவர்கள் படைப்புகளிலும் கூட பல கூறுகள் இவ்வகையில் உண்டு.

ஏ.எஸ்.கே ஐயங்கார் அவர்கள் தமது நூல் ஒன்றில் மிக விரிவாக பௌத்தத்தின் கருத்துக்களைப் பற்றி அலசி ஆராய்ந்துள்ளார்.

இன்றைய பொதுவுடமை இயக்கத் தேசிய அளவிலான தலைவர் து. ராஜா அவர்கள் பல்வேறு குறிப்புகளை உரைகளை இது தொடர்பாக விரிவாக வழங்கியுள்ளார்.

நா. வானமாமலை, க. கைலாசபதி, கோ. கேசவன், கா. சிவத்தம்பி, நா. முத்துமோகன், அ. மார்க்ஸ் உள்ளிட்ட பலரின் படைப்புகள் மிக முக்கியத்துவம் வாய்ந்தவை.

1960 கள் வரையில் பொதுவுடமை இயக்கம் பௌத்தம் குறித்துக் கொண்டிருந்த பல உயர்வான அணுகுமுறைகளை தமிழ்ஒளியும் கொண்டு இருந்தார் என்பது அவரது படைப்புகள் வழியாக உணர முடிகிறது.

7. தமிழ்ஒளியின் பௌத்தக் குறுங்காவியங்கள்& சிறுகதைகள் மற்றும் பிற வடிவங்கள்

கவிஞர் தமிழ்ஒளி தம்முடைய பல்வேறு படைப்புகளில் பௌத்தத்தின் செய்திகளை நன்கு உள்வாங்கி வெளிப்படுத்தி உள்ளார்.

அவரது குறுங்காவியங்களில் "கோசலைக் குமரி", "புத்தர் பிறந்தார்" நேரடியாக பௌத்தத்துடன் தொடர்பு கொண்டவை ஆகும். "மாதவி காவியம்" உள்ளிட்ட இன்னும் பல காப்பியங்கள் ஆங்காங்கே புத்தரின் கருத்துக்களை மேற்கொண்டு வருகின்றன.

"புத்தர் பிறந்தார்" என்ற முற்றுப்பெறாத குறுங்காவியமும் புத்தரின் மேன்மைகளை மிக நன்கு விளக்கியுள்ளது. இக்காவியம் முடிவு பெறாமல் போனது தமிழ் இலக்கியத்தின் குறையாகவே ஆகிவிட்டது என்று கூட டாக்டர் மு. வரதராசனார் அவர்கள் குறிப்பிட்டுள்ளது கவனிக்கத்தக்கது.

"மாதவிகாவியம்" தமிழ் இலக்கிய மரபில் கவிஞர் தமிழ்ஒளி அவர்கள் படைத்த மகத்தான ஒரு காப்பியம் ஆகும். இதிலும் கூட புத்தரின் செய்திகள் ஆங்காங்கே குறிப்பிடப்படுகின்றன என்பது சுட்டதக்கது.

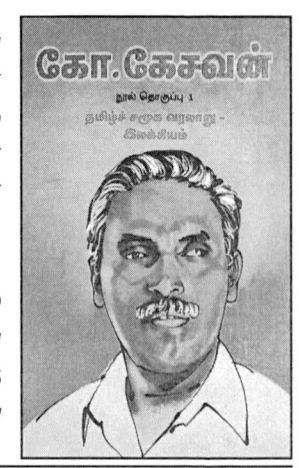

கோசலைக் குமரி காவியம் இராகுல சாங்கிருத்தியாயன் அவர்கள் எழுதிய "பிரபா" என்ற கதையைத் தழுவி பௌத்த வரலாற்றுடன் நேரடியாகத் தொடர்பு கொண்ட ஒரு காப்பியம் ஆகும்.

சிலப்பதிகாரம், மணிமேகலை உள்ளிட்ட காப்பியங்களில் கவிஞர் தமிழ்ஒளி கொண்டு இருந்த ஈடுபாடு மிகவும் நுட்பமாக இங்குக் குறிப்பிட்டுச் சொல்லத் தக்க ஒன்றாகும். சிலப்பதிகாரம் நாடகமா? காப்பியமா? என்ற ஒரு விரிந்த ஆய்வு நூலையும் அவர் எழுதினார்.

"பூம்புகாரில் ஒரு புரட்சிப் பெண்" உள்ளிட்ட பல சிறுகதைகளையும் நாடக வடிவங்களையும் கூட பௌத்தத்தை மையப்படுத்தி அவர் எழுதியுள்ளார்.

ஆபுத்திரன் குறித்த சில சித்திரங்களையும் அவர் எழுதியுள்ளார். தமிழ்நாட்டில் பௌத்தக் கருத்துக்களை மார்க்சிய இயக்கமும் திராவிட இயக்கமும் மணிமேகலை, சிலப்பதிகாரத்தின் வழியாகவும் நவீன கால சிந்தனைகள் அடிப்படையில் டாக்டர் அம்பேத்கரின் கருத்துக்களின் அடிப்படையில் ஒத்த கருத்துக்களாக புத்தரின் கருத்துக்களைக் கண்டன என்பது மிக விரிவாக மேலும் ஆய்வுச் செய்து எழுதுவதற்குரியது. அவ்வகையில் கவிஞர் தமிழ்ஒளியின் பௌத்தக் கருத்துக்களை விரிவாக ஆராய்வது என்பது தமிழக மார்க்சிய இயக்கத்தையும் திராவிட இயக்கத்தையும் இந்தியாவில் தோன்றி வளர்ந்த பௌத்த  மறுமலர்ச்சி இயக்கத்தையும் ஆராய்வதாகவும் விரியும் என்றால் மிகை இல்லை.

இருபதாம் நூற்றாண்டின் தொடக்க காலங்களில் தென்னிந்திய பௌத்த மறுமலர்ச்சி இயக்கத்தை சார்ந்த இ.நா. ஐயாகண்ணு புலவர், ஏ.பி. பெரியசாமி புலவர், மற்றும் தேசிய இயக்கத்தைச் சார்ந்த மகாகவி பாரதியார் மற்றும் சுத்தானந்த பாரதியார் உள்ளிட்டோர் படைப்புகளில் புத்தரின் மாண்புகளையும் பெருமையையும் போற்றும் ஒரு தன்மையைப் பார்க்கின்றோம்.

பின்னாளில் 1940, 1950 களில் பாவேந்தர் பாரதிதாசன் உள்ளிட்டோர் படைப்புகளில் புத்தரின் கருத்துக்களுக்கு முதன்மை அளிக்கப்படுகின்றது. இதே வகையில்தான் புலவர் ஆர்.பி. தங்கவேலனார், தத்துவக் கவிஞர் குடியரசு, புலவர் இரா.பெ. இராமச்சந்திரனார் உள்ளிட்டோர் படைப்புகளிலும் கவிஞர் தமிழ்ஒளியின் படைப்புகளிலும் புத்தரின் கருத்துக்களுக்கு முதன்மை தரப்படுகிறது. அதே நேரத்தில் கவிஞர் பாரதியார், கவிமணி தேசிய விநாயகம் பிள்ளை உள்ளிட்டோர் தமது கவிதைகளில் கொண்டுள்ள ஆழமான கவிதை நயத்தையும் விடாமல் மிகுந்த உயர்ந்த கற்பனைகளையும் இணைத்துப் புத்தர் பற்றிய பௌத்தச் சித்திரத்தைத் தமிழ்ஒளி எழுதினார் என்பது குறிப்பிடத்தக்கது.

சான்றுக்கு ஓரிடம் வருமாறு:

"மாயையைக் கண்ட உலும்பினிக் காடு மகிழ்ந்தது—தன்
தாயை எதிர்கொண்ட மைந்தன் என்றுள்ளம் நெகிழ்ந்தது

வானை எதிர்த்த மரங்கள் வளைந்து வணங்கின—அறச்
சேனைக்கு அதிபதி தன்னை அவள் அளிப்பாளென"

(பக்கம்: 128 தமிழ்ஒளி கவிதைகள்)

புத்த பகவன் பிறந்தபொழுது காடுகூறும் செய்தியாக வருகின்ற பாடல் மாபெரும் இசையோடு அமைந்துள்ளது.

"யார் பிறந்தது பார் எனப்புவி யெங்கும் சுடர் தங்கும்
பெரும் சீர் பிறந்தது கேள்எனத் திசை தோறும் இசை சேரும்

போர் பிறந்திடும் மண்ணில் இனி சமாதானம் நல்ஞானம்
கதிர்த்தேர் மிசை ஒரு பாலகன் அவன் தெய்வம் நாம் உய்வம்!."

(பக்கங்கள்: 132 தமிழ்ஒளியின் கவிதைகள்)

இவ்வாறு இக்காவியம் மிக அருமையாக அமைந்துள்ளது.

இதே வகையில் கோசலைக் குமரி காவியத்தில் பல்வேறு புரட்சிக் கருத்துக்களை மிக நயமாக தமிழ்ஒளி வெளிப்படுத்தி உள்ளார். இக்காவியம் 1962ல் வெளிவந்துள்ளது. அக்காவியத்தின் முன்னுரையில் பின்வருமாறு தமிழ்ஒளி எழுதுகிறார்:

"சமுதாயத்திற்காக எழுதுந் திறனற்றவர்கள், தங்களின் வயிற்றுப் பிழைப்பையே பெரிதாய்க் கருதிக் கவிதைக்குக் கல்லறை எழுப்பிக் கொண்டிருக்கும் இந்நாளில், என் போராட்ட உணர்ச்சியை வெளிப்படுத்தக் கிடைத்த வாய்ப்பாகக் கருதி இக்காவியத்தை இயற்றியுள்ளேன்.

சமுதாயத்திலுள்ள எல்லாத் தீமைகளையும் அடியோடு களைந்தெறிவதற்காக நம் ஒவ்வொருவர் வாழ்க்கையையும் அர்ப்பணித்துக்கொள்ளும் போராட்டத்தில், என் காவியம் ஒரு சிறுபொறி, நான் ஓர் உலை!' (பக்கம்: 352 கவிஞர் தமிழ்ஒளி காவியங்கள், வெளியீடு கவிஞர் தமிழ்ஒளி நூற்றாண்டு விழா குழு,2016)

மேலும் தமிழ்ஒளியின் காவியங்கள் குறித்துத் தமிழ்ஒளி நூற்றாண்டுக் குழு செயலாளர், எழுத்தாளர் இரா. தெ. முத்து அவர்கள் குறிப்பிடுகின்ற ஒரு கருத்தும் இங்குச் சுட்டத் தக்கது:

"தமிழில் அவைதீக மரபு சார்ந்து காவியங்கள் எழுதப்பட்டது உண்டு. தமிழ்ஒளியின் காவியங்கள் உழைக்கும் மக்களை, விளிம்பு நிலை மக்களை, தலித் மக்களைத் தமிழில் முதலில் பதிந்தது" (பக்கம் 4 மேற்படி நூல்)

இவ்வாறு தமிழில் சமண, பௌத்தம் சார்ந்து வெளிப்பட்ட காவிய மரபுகளை நன்கு உள்வாங்கிக் கொண்டு கவிஞர் தமிழ்ஒளி இருபதாம் நூற்றாண்டில் சாதி ஒழிப்புக்காகவும் சமத்துவச் சமுதாய உருவாக்கத்திற்காகவும் மார்க்சியக் கருத்துக்களை உள்வாங்கி எழுதியதைப் போலவே பௌத்த கருத்துக்களையும் உள்வாங்கி ஒரு பெரும் புயலாகக் காவிய உலகில் நுழைந்தார்.

அதே நேரத்தில் கேரளத்தில் இருபதாம் நூற்றாண்டில் தொடக்க காலங்களில் குமாரன் ஆசான், பண்டிட் கருப்பன் போன்ற மாகவிகள் எழுதிய புதுமையான கவியாழம் மிக்க அணுகுமுறைகளையும் தமிழ்ஒளி கொண்டிருந்தார் என்பது மிக விரிவாகப் பின்னாளில் ஒப்பிட்டு ஆராயத்தக்கது.

இக்காவியத்தில் ஓர் இடத்தில்

"ஈனப் பறையர்
இழிந்தோர் எனக் கூறும் ஞானமற்ற மூடர்க்கு
நல்வழியைக் காட்டினவாம்!

ஈனப் பறையர் என்
றேசுவார் பொய்ம்மதத்தார்!
ஞானப் பறையராம்
நற்றரும சேனர்தமைத்
தந்தலைவர் என்றாங்கே
சாற்றினார் புத்தரெலாம்!
நிந்தை தொலைய
நிலைநிறுத்தினார் அன்பை!”

(பக்கம்: 359 மேற்படி நூல்)

சமஸ்கிருத நாடக உலகில் காளிதாசருக்கு முன்னர் மாபெரும் புகழ் பெற்றிருந்த புத்தர் சரித்திரம், சௌந்தர்யானந்தம் உள்ளிட்ட ஏடுகளை வரைந்த மகாகவி அஸ்வகோஷரின் பெருமையை இராகுல சாங்கிருத்தியாயன் தமது புகழ்பெற்ற “வால்காவிலிருந்து கங்கை வரை” என்ற நூலில் பிரபா கதையில் வெளிப்படுத்தியிருந்தார். அதில் இருந்த கதையை மையப்படுத்தி எழுதிய கவிஞர் தமிழ்ஒளி அவர்கள் மிகச் சிறந்த தமிழ் காவிய நயங்களையும் இதில் இணைத்துள்ளார்.

இவ்வாறு கவிஞர் தமிழ்ஒளியின் படைப்புகளில் சிறப்புடன் வெளிப்படும் பல்வேறு கருத்துக்கள் மிக விரிவாக ஆராய்ந்து காணத்தக்கன.

8. தமிழக அளவில் இந்திய அளவிலும் ஏற்பட்ட பௌத்த மறுமலர்ச்சி இயக்கங்களும் கவிஞர் தமிழ்ஒளியும்

இந்தப் பகுதியில் தென்னிந்தியாவில் 1890 களிலேயே தொடங்கிய தென்னிந்திய பௌத்த மறுமலர்ச்சி இயக்கம் கவிஞர் தமிழ்ஒளியின் சிந்தனைகளில் எவ்வாறு தாக்கம் செலுத்தியுள்ளது என்பது குறித்தும் பின்னர் 1940 களுக்குப் பிறகு

அகில இந்திய அளவில் தோன்றிய டாக்டர் அம்பேத்கர் தலைமையிலான இந்திய பௌத்த மறுமலர்ச்சி இயக்கம் அதனுடைய சிந்தனைகள் எந்த அளவுக்குக் கவிஞர் தமிழ்ஒளியின் சிந்தனைகளில் தாக்கம் செலுத்தியுள்ளது என்பது குறித்தும் ஓரளவுதொட்டுக் காட்டலாம். பண்டிதர் அயோத்திதாசரின் சிந்தனைகள் தமிழன் இதழில் 1907 லிருந்து 1914 வரை வெளிவந்து தமிழ் உலகிற்குக் கிடைத்துள்ளன. அந்தச் சிந்தனைகள் யாவும் பேராசிரியர் ப. மருதநாயகம் அவர்கள் மொழியில் கூறுவது என்றால் "புத்தரே மீண்டும் பிறந்து வந்து அருள் மழை பொழிவது போல் அவரது எழுத்துக்கள் உள்ளன" (அயோத்திதாசரின் சொல்லாடல் —முன்னுரை பேராசிரியர் ப. மருதநாயகம்)

அவ்வாறு சுதந்திரம், சமத்துவம், சகோதரத்துவ சிந்தனைகளை மையப்படுத்தி தென்னிந்தியாவில் ஏற்பட்ட சமூக, அரசியல் விழிப்புணர்வுகளுக்கும் அகில இந்திய அளவில் அண்ணல் அம்பேத்கர் தலைமையில் ஏற்பட்ட மாற்றங்களுக்கும் வித்திட்டவர் பண்டித அயோத்திதாசர் என்று பல்வேறு அறிஞர்களும் எழுதுகின்றனர். அவ்வகையிலான தென்னிந்திய பௌத்த மறுமலர்ச்சி இயக்கம் அயோத்திதாச பண்டிதரின் சிந்தனைகள் தமிழ்ஒளிக்குள் ஏதோ ஒரு வகையில் தாக்கம் செலுத்தி இருக்கக்கூடும். இங்கே கிடைத்த ஒரு கவிதை தமிழ்ஒளி 1960 இல் "ஜனசக்தி" ஏட்டில் பின்வருமாறு எழுதுகிறார். இப்பாடலின் கருத்து இயல்பாகத் தோன்றியது என்றாலும்கூட தமிழ் மொழியில் பண்டிதர் அயோத்திதாசர் ஏற்கனவே இவ்வகையில் எழுதியுள்ளார் என்பது ஒப்பிட்டு ஆராயத்தக்கது கவிதை பின்வருமாறு:

செல்வர்களுக்கு ஒரு கேள்வி

"உனக்குமட்டும் உண்ண உணவு கிடைக்குமோ? ஊரில்
உள்ளஏழை உண்டால் நெஞ்சை அடைக்குமோ?
உனக்குமட்டும் உறங்கப்பஞ்சணை
மெத்தையோ? — ஊரில்
உள்ளஏழை உறங்கக்குப்பை செத்தையோ?

உனக்குமட்டும் மாளிகைமேல் வாசமோ? ஊரில்
உள்ளஏழை அதிற்புகுந்தால் மோசமோ? உனக்குமட்டும்
நிலங்கள்சொந்தம் ஆகுமோர் — ஏழை
உரிமைபெற்றால் உலகம்என்ன சாகுமோ?

உலகம் உன்றன் கைகளில்தான் உருளுமோ? — ஏழை
உரிமைபெற்றால் இயற்கைஎன்ன மருளுமோ?

கலகம் செய்து ஏற்றத்தாழ்வை நீக்கடா — பேதம்
காட்டுகின்ற முறைமையைத்தூள் ஆக்கடா!

'ஜனசக்தி' — 1960

கவிதையின் கருத்தினை அப்படியே பண்டிதர் அயோத்திதாசர் மிக அழகாக "மனித"னென்பவன் யார்?"என்ற பகுதியில் வெளிப்படுத்தி உள்ளது வருமாறு:

"மனிதர்களை மனிதர்களாக பாவிப்பவன் எவனோ அவனே மனிதன் பர்ம்ம பாஷையினனாயினும் மனிதனே. சீன பாஷையினனாயினும் மனிதனே. ஆங்கில பாஷையினனாயினும் மனிதனே, திராவிட பாஷையின னாயினும் மனிதனே கன்னட பாஷையினனாயினும் மனிதனே, மராஷ்டக பாஷையினனாயினும் மனிதனே, இத்தகைய மனிதன் பாஷைபேத முடையவனாயினும்

உருவத்தில் மனிதன் மனிதனேயாவன். மனிதவுருவம் அமையினும், சருவ உயிர்களையுந் தன்னுயிர்போற்காப்பவன் மனிதன். தன்னைப்போல பிறரை நேசிப்பவன் மனிதன். தனக்கு ஓர் துன்பம்வரினும் ஏனையோர்க்கோர் துன்பம்வராமற் காப்பவன் மனிதன் தான் பசியுடனிருப்பினும் ஏடையோரை பசிதீர்த்து ரட்சிப்பவன் மனிதன். தான் சுகிக்க விரும்புவதுபோல் ஏனையோரையும் சுகிக்கவிரும்புகிறவன் மனிதன். தான் சுத்தநீரை மொண்டு குடிக்க விரும்புகிறவன் ஏனையோரையும் சுத்தநீரை மொண்டு குடிக்க விரும்புகிறவன் மனிதன். தான் சுத்த ஆடைகளை அணைத்து ஏனையோரும் சுத்தவாடை அணைந்துக்கொள்ள வேண்டுமென்று விரும்புகிறவன் மனிதன். தான் மெத்தை மேடைகள் கட்டி வாழுங்கால் ஏனையோரும் மெத்தைமேடை கட்டி வாழவேண்டுமென விரும்புகிறவன் மனிதன். தான் அந்தஸ்தான உத்தியோகங்களைப் பெற்று வாழ்வது போல் ஏனையோரும் அந்தஸ்தான உத்தியோகங்களைப் பெற்று வாழ்கவேண்டுமென்று எண்ணுகிறவன் மனிதன். இந்தியாதி மனிதனென்னும் மானமும், சீவகாருண்யமும் அமைந்த மக்களிற் சிறந்த ஆறாவது தோற்றம் மனிதனென்று கூறப்படும். அவனே ஏழாவது தோற்ற தெய்வநிலை அடைபவனுமாவன். இவற்றிற்கு மாறாயச் செயலுடையோரை நரரென்றே தீர்க்கப்படும். தமிழன், ஏப்ரல் 17, 1912 (பக்கம்: 695, அயோத்திதாசர்

சிந்தனைகள், தொகுதி ஒன்று, தொகுப்பு: ஞான அலாய்சியஸ், மறு பதிப்பு 2011)

இதே வகையில் அகில இந்திய அளவில் டாக்டர் அம்பேத்கருடைய இயக்கம் சாதி ஒழிப்புக்கும் தீண்டாமை ஒழிப்புக்கும் ஒடுக்கப்பட்டோரின் மறுமலர்ச்சிக்கும் ஏற்படுத்தியிருந்த தாக்கங்களைக் கவிஞர் தமிழ்ஒளி மிக நன்கு அறிந்து இருந்தார். தமிழக அளவில் அன்றைக்கு இருந்த பல்வேறு தலைவர்களின் போக்குகளையும் அவர் நன்கு அறிந்திருந்தார். ஆனால் எவரின் செயல்பாடுகள் பற்றியோ, அவர்களைப் புகழ்ந்தோ எதுவும் அவர் எழுதவில்லை என்பது குறிப்பிடத்தக்கது. ஆயினும் அகில இந்திய அளவில் டாக்டர் அம்பேத்கர் மூலம் ஏற்பட்ட பௌத்த மறுமலர்ச்சி அவர் நன்கு கவனித்துள்ளார் என்பதற்கான குறிப்புகள் அவரது எழுத்துக்களில் உள்ளன எனலாம். இந்திய சுதந்திரத்தை முன்னிட்டு 1948 இல் தமிழக முதல்வர் ஓமந்தூரார் முன்னிலையில் தெ.பொ. மீனாட்சி சுந்தரனார் தலைமையில் அவர் பாடிய கவிதையில் "உழவர்க்கும் தொழிலாளர் தமக்கும் துன்பம் உருகுகின்ற யாவருக்கும் சுதந்திரத்தை வழங்கிடுக எனச்

சொன்ன தியாக வீரர் மணிமொழியை இந்தியர்கள் மறக்க மாட்டார்" (பக்கம்: 50 தமிழ்ஒளி கவிதைகள் மக்கள் பதிப்பு) என்று அவர் குறிப்பிடுகின்ற வரிகள் 1942 இல் இருந்தே இந்தியத் தொழிலாளர் விடுதலைக்குப் பல்வேறு பணிகளை ஆற்றிய பாபாசாகேப் அம்பேத்கரை எண்ணி கூறப்பட்டதா இல்லையா என்பதை விடவும் உழவர்கள் தொழிலாளர்கள் மற்றும் அனைவருக்கும் சுதந்திரத்தை மிகச் சிறப்பாக அவர்கள் பெற

வேண்டும் என்பது மிக முக்கியம்" என்று "தொழிலாளர்களும் பாராளுமன்ற ஜனநாயகமும்" என்ற தலைப்பின் கீழ் பாபாசாகேப் அம்பேத்கர் அவர்கள் ஆற்றிய உரை இங்கு ஒப்பிட்டுக் காணத்தக்கதாகும். இவ்வாறு கவிஞர் தமிழ்ஒளியிடம் காணப்படும் கூறுகள் பலவும் பிற்காலத்தில் எடுத்து வெளியே தரப்பட வேண்டும்.

9. 21-ம் நூற்றாண்டில் கவிஞர் தமிழ்ஒளியைப் பௌத்த இயக்கங்கள் காணும் போக்கு

சாதி ஒழிப்பு, தொழிலாளர் விடுதலை, சமரசக் கண்ணோட்டம் மேலும் புத்தரின் செய்திகளைக் கவிஞர் தமிழில் பாடி இருக்கின்ற விதம் இவைகளை எல்லாம் நன்கு கவனித்து இன்றைய 21ம் நூற்றாண்டில் தமிழ்நாட்டில் வளர்ச்சி பெற்று வருகின்ற பல்வேறு பௌத்த அமைப்புகள் கவிஞர் தமிழ்ஒளியின் சிறப்பினை நன்கு புரிந்து பாராட்டச் செய்கின்றனர்.

மேலும் மார்க்சியச் சிந்தனை யாளர்களும் புத்தரின் சிந்தனைகளில் ஆழ்ந்த ஈடுபாடு கொண்டவர்கள் ஆதலின் மேலும் திராவிட இயக்கமும் புத்தரின் கருத்துக்களில் ஆழ்ந்த ஈடுபாடு கொண்டு இருப்பதினால் தமிழகத்தில் இயல்பாகவே புத்தரின் சிந்தனைகளை எடுத்துப் பேசும் எந்தக் கவிஞர்களையும் பாராட்டும் பாங்கு இருக்கின்றது.

1980 களிலேயே "தமிழ்ஒளி இலக்கியப் பாசறை" என்ற அமைப்பை நடத்தி வந்தவர்

மு.பா எழிலரசு என்ற "எழுச்சி" மாத இதழின் பொறுப்பு ஆசிரியர் ஆவார்.

இவர் 1990 களுக்குப் பிறகு டாக்டர் அம்பேத்கரின் "புத்தரும் அவர் தம்மமும்" தமிழில் நூலாக்கம் செய்து வெளியிடுவதற்கு அக்குழுவின் முக்கிய பொறுப்பில் இருந்தார்.

அந்த வகையில் புத்தரின் சமதர்மச் சிந்தனைகளை முன்னெடுத்த கவிஞர் தமிழ்ஒளியை 21 ஆம் நூற்றாண்டில் தமிழகத்தில் வளர்ந்து வருகின்ற பல்வேறு பௌத்த இயக்கங்களும் கொண்டாட முயல்கின்றன. அவரின் கவிதையாற்றலைப் பாராட்டி வருகின்றன எனலாம்.

இக்கட்டுரையாளர் 2006 ஆவது ஆண்டில் சென்னைப் பல்கலைக்கழகத்தில், டாக்டர் அம்பேத்கர் பொருளியல் மையத்தில் நடைபெற்ற "பாபாசாகேப் அம்பேத்கரும் பௌத்தமும்" என்னும் தலைப்பில் பேராசிரியர் எம். தங்கராஜ் அவர்கள் ஒருங்கிணைத்த நிகழ்வில் "புத்தரும் இருபதாம் நூற்றாண்டுத் தமிழ்க் கவிஞர்களும்" என்னும் தலைப்பில் ஒரு கட்டுரையை அளித்து அதில் பாரதியார், பாரதிதாசன், கவிமணி உள்ளிட்ட பல கவிஞர்களுடன் தமிழ்ஒளியின் பங்கையும் குறிப்பிட்டு இருந்தார் என்பது இங்குக் கூறவேண்டிய ஒரு செய்தியாகும். அமரர் செ.து. சஞ்சீவி ஒருமுறை இக்கட்டுரையாளருடன் உரையாடும் பொழுது "தலித்திய ஆய்வாளர்களும் மற்றும் பௌத்த ஆய்வாளர்களும் தமிழ்ஒளியைச் சற்று

கூடுதலான கவனத்துடன் தற்போது காணுகின்றனர்' என்று கூறியதும் இங்குக் குறிப்பிடத்தக்கது.

10. நூற்றாண்டு விழாக்களுக்குப் பிறகு புதிய வீச்சுடன் வெளிப்படும் ஆளுமைகள்

மாமனிதர்கள் தங்கள் பணிகளைச் செய்து விட்டு சென்று விடுகிறார்கள் சமகாலத்திலேயே புரிந்து கொண்டு அவர்களைப் போற்றுகின்ற மரபு மேலை நாடுகளில் மிக நன்கு வளர்ச்சி பெற்று உள்ளது. ஆனால் இந்தியா போன்ற பண்டைய நிலவுடைமையும் சாதிய, மதத்தாக்கங்களும் மனிதர்களுக்குள் பேதங்களைப் பார்க்கின்ற தன்மைகளும் மிகவும் அதிகமாக உள்ள காரணத்தினால் இங்கு மனிதர்களின் மேன்மைகளைப் புரிந்து கொள்வதில் அந்த மாமனிதர்களுக்கு நூற்றாண்டு விழா கொண்டாடப்பட்ட பிறகுதான் நூறாண்டுகள் கழித்துதான் அடையாளம் காணுகின்ற நிலைமை இந்தியாவில் இருக்கிறது. அவ்வகையில் தான் பல்வேறு அரசியல் தலைவர்களும் கவிஞர்களும் அறிஞர்களும் இங்கு அடையாளம் காணப்படுகின்றனர். ஆனால் கவிஞர் தமிழ்ஒளி 90 வது ஆண்டு விழாவில் இருந்தே அடையாளம் காணப்பட்டுத் தமிழ்நாட்டில் அவரது நூல்களும் கவிதைகளும் ஆழமாகப் படிக்கப்பட்டு வருகின்றன. பல்வேறு கருத்தரங்குகள் அவருக்கான கூட்டங்கள் நடைபெற்றுக் கொண்டே வருகின்றன. அவருக்கான ஒரு நூற்றாண்டு விழாக் குழுவும் அமைக்கப்பட்டு சிறப்புடன் செயல்பட்டு வருகின்றது.

இந்த வகையில் தமிழ்நாட்டில் ஏற்பட்டிருக்கின்ற வளர்ச்சி, மறுமலர்ச்சி இன்னும் விரிவாக பரந்து செல்ல வேண்டும் என்றால்

மிகையில்லை. தமிழ்ஒளியின் நூற்றாண்டு விழாவையும் மிகச் சிறப்பாக கொண்டாட தமிழக முதல்வர் மாண்புமிகு மு. க. ஸ்டாலின் அவர்கள் வழிகாட்டுதலில் தமிழக அரசும் தமிழ் வளர்ச்சித் துறையும் உயர்கல்வித் துறையும் மிக சிறப்பான பணிகளை மேற்கொண்டு வருவதும் கவனிக்கத்தக்க பாராட்டத்தக்க ஒன்றாகும்.

முடிவுரை

> "கடலிடையே தவிப்பார்க்கு கரையைப் போன்றான்
> காமத்தால் வெந்தவர்க்குப் பொய்கையாவான்
> கிடந்துழன்றே ஏக்கமுறும் ஒரு மாந்தர்க்கெல்லாம்
> கிட்டரிய புகலிடமும் இவனே ஆவான்"

(பக்கம்: 137, தமிழ்ஒளி கவிதைகள், முதல் பதிப்பு 1966, இரண்டாம் பதிப்பு 1988 தொகுப்பு செ.து.சஞ்சீவி) என்று அசிதமுனி புத்தரைப் பற்றிக் கூறுவதாக கவிஞர் தமிழ்ஒளி அவர்கள் "புத்தர் பிறந்தார்" காவியத்தில் எழுதுவார். இவ்வரிகள் புத்தருக்கு மட்டுமல்ல மனித சமூகத்தில் தனது பற்றுக்களை எல்லாம் நீக்கி அனைவரும் அனைத்தும் பெற வேண்டும் என்ற சமதர்ம நோக்கத்தில் செயல்படும் அத்தனை மாமனிதர்களும் இப்படித்தான் உள்ளனர் எனலாம். அவ்வகையில் கௌதம புத்தர் தொடங்கி காரல் மார்க்ஸ் வரையில் மனித சமூகத்தில் தோன்றிய மகத்தான மேதைகளின், படைப்பாளர்களின் கருத்தை உள்வாங்கிக் கொண்டு நவீனத் தமிழ்ச் சமூகம் உருவாக தனது அயராத உழைப்பினால், ஓயாத புலமையினால் அரும்பணியாற்றியவர் கவிஞர் தமிழ்ஒளி. பல்வேறு குழப்பமான

சிந்தனைகளில் தோய்ந்து அடிப்படை வாதங்களில் பிரிந்து கிடக்கும் இன்றைய தமிழ் உலகிற்குக் கவிஞர் தமிழ்ஒளியும் ஒரு வெளிச்சம் தரும் புகலிடமாக விளங்குகிறார் எனலாம்.

அவரின் அரும் படைப்புகளை நன்கு வாசிப்பதும் அதை எடுத்துரைப்பதும் தமிழுக்கு மேலும் வளம் கூட்டும். தமிழுக்குத் தேவையான சமதர்மச் சிந்தனைகளை மேலும் ஆழப்படுத்தும் என்றால் அது அனைவரும் ஏற்கத்தக்க ஒன்றே ஆகும்.

துணை நூல் பட்டியல்

1. கவிஞர் தமிழ்ஒளியின் படைப்புகள், பதிப்பு செ.து. சஞ்சீவி,
2. அறிஞர்கள் பார்வையில் தமிழ்ஒளி செ.து. சஞ்சீவி
3. தமிழ்ஒளி கவிதைகள் ஒரு திறனாய்வு, பேரா.வெ. கனகசுந்தரம்
4. தமிழ்ஒளி காவியங்கள் கவிஞர் தமிழ்ஒளி நூற்றாண்டு விழாக் குழு, 2016
5. கவிஞர்தமிழ்ஒளி படைப்புலகம் தமிழ்ஒளி நூற்றாண்டு விழா வெளியீடு, தொகுப்பு இ. சுந்தரமூர்த்தி, சிகரம் ச. செந்தில்நாதன்,2023
6. மார்க்சியப் பார்வையில் பௌத்தம் (மொழிபெயர்ப்பு நூல்)
7. வால்காவிலிருந்து கங்கைவரை இராகுல சாங்கிருத்யாயன் (மொழிபெயர்ப்பு நூல்)

கட்டுரைகள்

1. பண்டிதர் அயோத்திதாசரும் கவிஞர் தமிழ்ஒளியும் — க. ஜெயபாலன்
2. மகாமதுரகவிஞர் முருகேச பாகவதரும் கவிஞர் தமிழ்ஒளியும் — க. ஜெயபாலன்
3. மக்கள் இலக்கியத்தின் தேவைகள் (முருகேச பாகவதர் தொடங்கி கவிஞர் யாழன் ஆதி வரையில்) க. ஜெயபாலன் சென்னை மாநிலக் கல்லூரி ஒருங்கிணைக்கும் தமிழில் தலித் இலக்கியம் கருத்தரங்கிற்காக எழுதப்பட்ட கட்டுரை

இன்னும் சில நூல்கள் & பிற

1. கவிஞர் தமிழ்ஒளியைப் பற்றி வெளிவந்துள்ள பல்வேறு கட்டுரைகள் இன்னும் பல நூல்கள்.

2. தமிழ்ஒளி குறித்து இணையதளங்களில் உள்ள பதிவுகள், உரைகள்.

மேலதிக வாசிப்பிற்கு

1. புத்தரது ஆதி வேதம் — பண்டிதர் அயோத்திதாசர்—1912

2. புத்தரும் அவரது தம்மமும் — டாக்டர் அம்பேத்கர் — 1956 தமிழில் பேரா. பெரியார்தாசன் — 1996

3. புத்தரா? காரல் மார்க்ஸா? டாக்டர் அம்பேத்கரின் கட்டுரை, உரை.

4. பௌத்தத் தத்துவ இயல் — இராகுல சாங்கிருத்தியாயன் தமிழில் ஏ. ஜி. எத்திராஜுலு

5. பகவன் புத்தர் — தம்மானந்த கோஸாம்பி, தமிழில் கா. ஸ்ரீ. ஸ்ரீ

6. புத்தரின் புனித வாக்கு — பால்கரஸ், தமிழில் டாக்டர் ஸ்ரீதரன்

7. புத்தர் அருளறம் — கேப்ரியல் அப்பாதுரை, 1950

8. புத்தரின் வரலாறு — பிக்குநாரத தேரோ, தமிழாக்கம், பிக்கு போதி பால உள்ளிட்ட பலர்

9. புத்த பகவான் அருளிய போதனை, வல்,பொல ராகுல, தமிழில் நவாலியூர் சோ. நடராசா

19. பௌத்தம் அடிப்படை போதனைகள் — டாக்டர் எதிரி வீர, தமிழில்: பேராசிரியர் பெரியார்தாசன்

10. அரசியல் சிந்தனையாளர் புத்தர், காஞ்ச அயல்லையா, தமிழில் அக்களூர் ரவி

சில ஆங்கில நூல்கள்

1. Writings of professor Lakshmi narasu

2. Godamadhi Buddha and Karl Marx,Leuke, Colombo,1943

3. Wariety of books written by many scholars under the titles of "Buddhism in Tamilnadu", "Buddhist thoughts in Tamil literature" and Marxism and Buddhism.

2. கவிஞர் தமிழ்ஒளியின் சாதியொழிப்புச் சிந்தனைகள்

இருபதாம் நூற்றாண்டில் இந்திய நாடு பல மறுமலர்ச்சிகளை அடைந்தது. அம் மறுமலர்ச்சிகளில் ஒன்று மொழி மறுமலர்ச்சி ஆகும். அம்மொழி மறுமலர்ச்சிக்குப் பெரும் பங்காற்றியவர்கள் கவிஞர்கள் ஆவர். இத்தகு கவிஞர்கள் வரிசையில் தமிழ் மொழியில் விதந்து கூறக் கூடியவர்தான் கவிஞர் தமிழ்ஒளி (21.9.1924 — 29.3.1965). பொதுவுடைமைக் கவிஞராக அறியப்படும் இவர் பல சமூக மறுமலர்ச்சிக் கூறுகளைத் தம் கவிதைகளில் படைத்தளித்துள்ளார். இக்கூறுகளில் மிகத் தேவையான ஒரு கூறான "சாதியொழிப்புச் சிந்தனை"களை இங்குக் காண்போம்.

தமிழ்ஒளியின் வாழ்வும் செய்தியும்

கவிஞர் தமிழ்ஒளியின் வாழ்க்கை எளிமையானது; போராட்டம் மிக்கது; பாடமாக இருக்கத்தக்கது. அவர் எழுதிய நூல்களும், நடத்திய போராட்டங்களும் கவிஞர் பாரதியாரை நினைவூட்டுகிறது. பாரதியாரும் தமிழ்ஒளியும் சமகாலத்தில் சில முன்னோடிகளால் அடையாளம் காணப்பட்டனர். பலரால் பார் போற்றப் புகழ்ந்தேத்தப்படவில்லை. மேலும் இவர்கள் இருவரும் தங்கள் கவிதையை ஒரு திரைப்படக் கவிஞன் போன்று பணமீட்டும் வழிக்கான ஒரு கருவியாய்க் கருதாமல்

பல தலைமுறைகளின் விடுதலைக்கான ஆயுதமாய்க் கருதினர். எனவே, அவர்கள் வாழ்க்கை மிகச் சுருங்கிய காலத்துடன் நோய் நொடியில் முடிந்தது. இருப்பினும் அவர்கள் படைப்புகள் அமர வாழ்வை அவர்களுக்கு நல்கின.

ஏன் தமிழ்ஒளி சாதியொழிய எண்ணுகிறார்?

கவிஞர் தமிழ்ஒளியின் படைப்புக்களில் காணும் வீரியப் போக்கை அவர் காலத்தின் புதுக் கவிஞர்களிடமோ, மரபார்ந்த சில கவிஞர்களிடமோ கூட காணஇயலாது. சாதியொழிப்பை, சமூக மறுமலர்ச்சியை, பொருளாதார சமத்துவத்தைச் சிறப்பாக இவர் பாடக் காரணம் யாது?

மானுட நேயர்

இவர் மிகச் சிறந்த மானுட நேயர் ஆவார். மகத்தான கவிஞர்களெல்லாம் இப்படித்தான் இருப்பர். "நான் உலகின் சொந்தக்காரன்" என்பார் கவிஞர். எனவே மானுடம் பாடும் வானம்பாடியான இவர், மானுட வளர்ச்சிக்கான தடைக்கல்லான சாதியைச் சாடுகிறார்.

ஆதிக்க நிறுவனம் சாராதவர்

டாக்டர் அம்பேத்கர் மொழியில் கூறுவது என்றால் இறையடியார்கள் சாதியொழியப் பாடியதில்லை. மிஞ்சிப்

போனால் கடவுள் முன் யாவரும் சமம் என்று பாடினார்களே தவிர, மனிதனுக்கு மனிதன் சமம் என்று இவர்கள் பாடியதில்லை. இவர்களுக்கு மாறாகப் புரட்சிக் குரலைச் சித்தர்களிடம் காண முடிகிறது. ஏனெனில், சித்தர்கள் நிறுவனம் சாராதவர்கள். இதே பார்வையில் இருபதாம் நூற்றாண்டில் ஆதிக்கசாதி, மதம், நிறுவனம் சார்ந்தவர்கள் பாட இயலாததை, பாட நினைத்தாலும் அவர்கள் வர்க்கம் பாட விடாது. அப்படிப்பட்டப் பாடு பொருள்களைத் தமிழ்ஒளி பாடுகிறார்.

பொதுவுடைமையாளர்

மானுடசாதி கண்ட மகத்தான சிந்தனைகளான பௌத்தம், வள்ளுவம், மார்க்சியம் உள்ளிட்ட நெறிகளை இயல்பாகக் கற்று உணர்ந்தவர். பாரதியை எழுத்துக்களின் வழியாகவும், பாரதிதாசனை நேரிடையாகவும் உணர்ந்தவர் ஆதலின், மார்க்ஸ், ஏங்கெல்ஸ், லெனின், மாவோ புரட்சிகளை ஆழப்புரிந்தவர். ஆதலின், அத்தகு புரட்சிகளைத் தமிழில் அழகுற எடுத்துரைத்தத் தரமான கவிஞர் ஆதலின், சாதியொழிப்பை அவர் முன்னெடுக்கிறார். வர்க்கபேதம் ஒழிய விரும்புகிறார். வர்க்கங்கள் அழிய சாதி பெருந்தடை. அக்கண்ணோட்டத்தில் சாதியொழிப்பை முன்னெடுக்கிறார்.

அடிநிலைச் சாதியில் பிறந்தவர்

மேற்கண்ட காரணங்களைப் போலவே மிக முக்கியமான ஒரு கருத்து. அவரின் அடிநிலைச் சாதியில் தோன்றியவர். அடிநிலை மக்கள் பௌத்தர்களாக இருந்தவர்கள் என்றும் சாதிமுறையை, வருண முறையை ஈராயிரம் ஆண்டுகளாக

எதிர்த்த வீரப் பரம்பரை என்றும், பண்டிதர் அயோத்திதாசர், ராவ்பகதூர் எம்.சி.ராசா உள்ளிட்டப் பேரறிஞர் பலர் தமிழ்ஒளிக்கு முன்பே தமிழில், ஆங்கிலத்தில் எழுதி பல பெரும்பணிகளைத் தென்னிந்தியாவில் ஆற்றினர். இரட்டைமலை சீனிவாசனார், சிங்காரவேலர், தந்தை பெரியார் உள்ளிட்டப் பேரறிஞர்களின் பணிகளும் சமூக மாற்றத்தை வேகமாக முன்னெடுத்தன. பேரறிஞர் பாபாசாகேப் அம்பேத்கரின் சாதியொழிப்பு 1936 இல் தமிழில் மொழிபெயர்க்கப்பட்டது. தந்தை சிவராஜ் உள்ளிட்டோரின் பங்களிப்பும், செயற்பாடுகளும் உலகறிந்த ஒன்றாகும். மேலும் தீண்டாமை ஒழிப்பு, ஆலய ஒழிப்பு எனப் பல விசயங்கள் 1920 களில் இருந்தே முன்னெடுக்கப்பட்டன. இத்தகு சூழல்கள் கவிஞரை மேலும் உரமூட்டின எனலாம்.

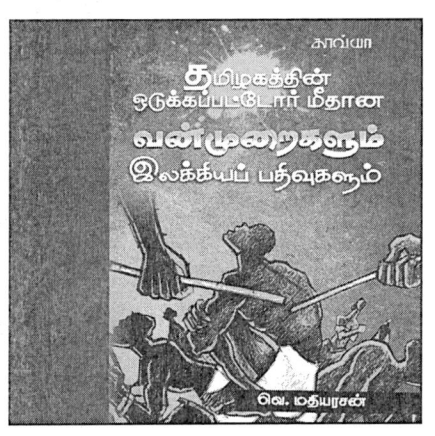

சாதிக் கொடுமையால் சமூக நிலை

ஆண்டுதோறும் ஆயிரக்கணக்கான சாதிக் கலவரங்கள் நாட்டில் நடக்கின்றன. லட்சக்கணக்கான மக்கள் வீடின்றி ஆக்கப்படுகின்றனர். கொலை, கொள்ளை, கற்பழிப்பு எனப் பல வன்முறைகள், மனித உரிமை மீறல்கள் மிகுதியும் ஒடுக்கப்பட்ட மக்கள் மீதே நடத்தப்படுகின்றன. இது பற்றிய புள்ளி விவரங்கள் மிரள வைக்கக் கூடும். இன்றைய காலத்திலேயே இப்படி இருக்குமானால், அன்றைய காலச் சூழல் எப்படி இருந்திருக்கும்? எனவே அது பற்றிய பதிவுகளை எல்லாம் இவர் படைப்புகளில் காணமுடிகிறது. "மாசற்ற தியாகம்" என்ற ஒரு கவிதை போதும். இருபதாம் நூற்றாண்டில் பாவேந்தர் பாரதிதாசனைத் தவிர்த்து, வேறு எக்கவிஞரும் தமிழ்ஒளிக்கு முன் இவ்வாறு ஆற்றலுடன் எழுதியதில்லை. ஒடுக்கப்பட்ட சாதியின் துயரத்தைப் பற்றிய மகத்தான கவிதை இது. இக்கவிதைப் பின்வருமாறு முடிகிறது.

"உன்பேர் உரைத்தே உயர்ந்தார் ஒருசிலபேர்!
துன்பக் கொடுஞ்சேற்றில் தூர்ந்தாய்த் துயருற்றாய்!
அன்றிருந்த மேனி அழியா திருக்கின்றாய்!
தொன்று தொட்டு வந்தகமை தூக்கி மடிகின்றாய்!
மண்ணில் மடிகின்ற மாசற்ற தியாகத்தை எண்ண,
எழுத எவருள்ளார் இந்நாட்டில்?"

இக்கவிதையில் "அரிஜனத் தொண்டர்" என்று காங்கிரஸ் இயக்கம் நடத்திய அரசியல் சுயநலம் பற்றிய சாடுதலும் உண்டு. உண்மையிலேயே தமிழகத்தில் சாதியொழிப்பை, ஒடுக்கப்பட்டோர் மறுமலர்ச்சியை, ஆதி திராவிட இயக்கங்கள், திராவிட இயக்கங்கள், பொதுவுடைமை இயக்கங்களே முன்னெடுத்தன. சில கட்சிகள் வேடமிட்டு ஏமாற்றி, 'தன்னயத் தேட்டம்' என்றார் இரட்டைமலையார். Depressed classes be— troyed by Congress and Gandhi என்று ராவ் பகதூர் 1938 இல் எம்.சி. ராசா எழுதினார். புரட்சியாளர் அம்பேத்கர் 1942 இல் "காந்தியும் காங்கிரசும் தீண்டப்படாதாருக்குச் செய்தது என்ன?"

என்ற மிகப் பெரும் நூலையே எழுதினார். இத்தகு சூழலில் 1955 இல் தமிழ்ஒளி எழுதியிருப்பது கவனிக்கத்தக்கது. இன்றைய சூழலில் 2008 இல் அன்றைய காங்கிரஸ் சாடுதல்களை முன்னெடுக்க முடியாது. சாதி, மத மோதலை உருவாக்கும் மதவாத சக்திகளை, கட்சிகளை விலக்கிச் செல்வதே தேவையானதாகும். அத்தகு பார்வைகளைத் தரும் பகுத்தறிவு நோக்கும் தமிழ்ஒளி படைப்புகளில் பெருகியுள்ளது.

சாதியொழிப்புக்கான வழிமுறைகள்

கவிஞர் தமிழ்ஒளி சாதி ஒழிவதற்காகப் பல்வேறு வழிமுறைகளை மேற்கொள்கிறார்.

1. விழிப்புணர்வு

கடவுள் பெயரைச் சொல்லி சாதி, மதம் யாவும் இந்தியச் சமூகத்தில் வளர்க்கப்படுகின்றன. எனவே, விழிப்புணர்வைத் தன் கவிதைகளில் ஊட்டுகிறார். 'கழைக் கூத்தாடி' என்ற புகழ் பெற்ற கவிதையில்,

"காளியும் கூளியும் காக்கவில்லை! — மூடக் கட்டுக் கதைகளை நம்பியதால்! என்று 1947 இல் கூறுகிறார்.

கடவுள்கள் பற்றிய புகழ்ப் பாடல்களோ சாதி, மத மேன்மை குறித்தே இவர் பாடியதில்லை மாறாக மனித ஆளுமைகளைப் பாடுகிறார்.

"எட்டா எவரெஸ்டை எட்டிவிட்டோம்" என்று 1953 இல் பாடுகிறார்.

''ஊரை எழுப்பிடவே — துயர்
ஒன்றை நொறுக்கிடவே
தாரை முழக்கிடுவேன் — தமிழ்ச்
சாதி விழித்திடவே!" என்று 1955 இல் பாடுகிறார்.

2. பொருளாதார வளர்ச்சி

பொருளாதார வளர்ச்சி வந்துவிட்டால் எல்லாப் பேதங்களும் ஓடி ஒளியும் என்றுப் பொதுவுடமையாளர்கள் எண்ணுவதைப் போலவே இவரும் எண்ணுகிறார்.

"கூனல் உலகே முதலாளிக் கொள்கைக்கு இன்னும் இடமுண்டோ!"

3. கலப்பு மணம்

சாதி ஒழிப்பிற்குக் கலப்பு மணம் ஓரளவு உதவக் கூடும் என்று பல சான்றோர்கள் கூறியுள்ளனர். அதே வகையில் இவரும் தனது 'வீராயி' என்ற காப்பியத்தில் கலப்பு மணத்தை ஆதரிக்கிறார்.

"காதெல்லாம் கிழியும் வண்ணம் பறையடித்து விட்டான் கவுண்டனுக்கும் பறைச்சிக்கும் கல்யாணமென்று!"

1947 இல் எழுதப்பட்ட வீராயி என்ற காப்பியம் மிகச் சிறப்பானது. "வீராயி" காப்பியம் கவிஞர் தம்முடைய 23 வயதில் எழுதிய நூல். புரட்சிக் கவிஞர் பாரதிதாசன் எழுதிய "தமிழச்சியின் கத்தி" என்ற காப்பியத்தோடு ஒப்பிடத்தக்கது இது. தமிழ்நாட்டு நாட்டார் கதைப் பாடல்களில் குறிப்பிடத்தக்க மதுரை வீரன், காத்தவராயன், முத்துப்பட்டன் கதைப் பாடல்கள் போன்று இந்த வீராயி காப்பியம் அமைந்துள்ளது.

4. பண்பாட்டுத் தளம்

இந்து சமூகம் என்ற பண்பாட்டுத் தளம் சாதியையும் மூடத்தனத்தையும் ஆழமாகக் காத்து வருகிறது. எனவே, சமூக மாற்றம் அல்லது சாதி ஒழிப்பு வேண்டுவோர் வேறொரு பண்பாட்டுத் தளத்தை முன்னெடுக்க வேண்டும். சுருக்கமாகச் சொன்னால் மதம் மாறவேண்டும். இந்தப் பண்பாட்டு

மாற்றத்தைப் பண்டிதர் அயோத்திதாசர் 1890 களிலே செய்தார். பாபாசாகேப் அம்பேத்கர் 1956 இல் உலகம் வியக்கும் வண்ணம் செய்தார். இந்த நிகழ்வுகளையெல்லாம் கவிஞர் தமிழ்ஒளி அறியாதது அல்ல. எனவே, மாற்றுப் பண்பாட்டை நோக்கிய காவியங்களை இவர் படைத்தார். கோசலைக் குமரி, மாதவிக் காவியம், புத்தர் பிறந்தார் உள்ளிட்டவை இவ்வகையில் சுட்டத் தகுந்தது. தனிக்கவிதைகளிலும் பௌத்தம் பற்றிய பார்வை சிறப்பாக இவரிடம் உண்டு. நாளை மனிதன் எப்படி வருகிறான் என்று இவர் எழுதுகிறார்.

"புத்தர் நடந்த திசையிலே — அருள் பொங்கி வழிந்த திசையிலே சித்தம் மகிழ்ந்து நடந்திட — ஒரு தெய்வ மனிதன் வருகிறான்!"

இத்தகு பார்வை (1955) கூடுதல் கவனத்தோடு தமிழ்ஒளியைப் பார்க்க வைக்கிறது.

தமிழ்ஒளியின் சிந்தனைக்கான வரலாற்றுப் பின்புலம்

தமிழ்ஒளியின் சிந்தனைகளை ஆராய்ந்து காண்பவர்களுக்கும், அவர் மீது பின்வரும் இயக்கங்கள் தாக்கம் செலுத்தி இருப்பதை அறியமுடிகிறது. (1) மார்க்சிய இயக்கம் (2) தேசிய விடுதலை இயக்கம் (3) திராவிட இயக்கம் (4) இரட்டைமலை சீனிவாசன், அம்பேத்கரிய இயக்கங்கள் (5) பௌத்த மறுமலர்ச்சி இயக்கங்கள்

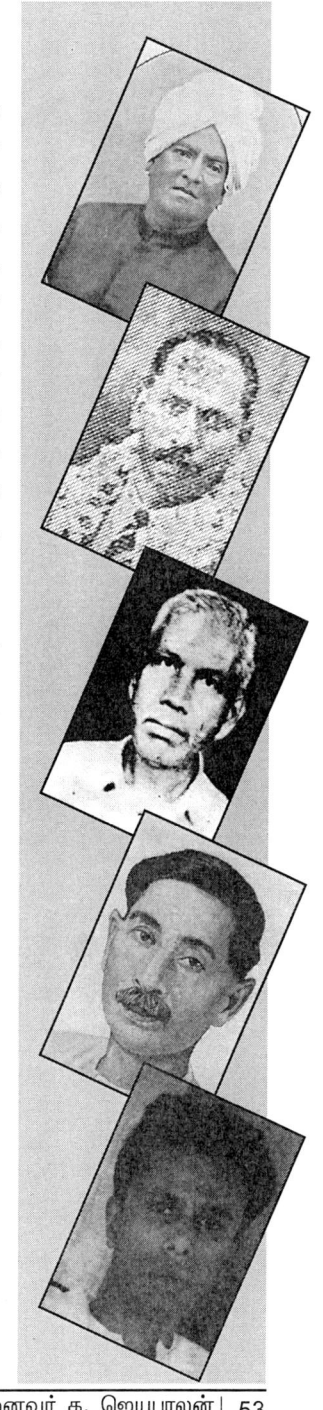

(6) தனித்தமிழ் இயக்கங்கள். இந்த இயக்கங்களுக்கான பின்புலங்களோடு கவிஞர் தமிழ்ஒளி நிற்கிறார். இந்த அனைத்து இயக்கங்களிலும் அவரை முழுமையாகத் தாக்கிய இயக்கம் மார்க்சிய இயக்கமாகும்.

அவர் மொழியில் கூற வேண்டுமானால். 'இத்தகைய விஞ்ஞானக் கண்ணோட்டந்தான், புரியாமற் கிடந்த சமூகப் புதிர்களைப் புரிய வைத்துள்ளது என்பதை நாம் உணரவேண்டும். இத்தகைய விஞ்ஞான அறிவை நமக்கு வழங்குவதே மாபெரும் களஞ்சியம் என்று மனிதகுலம் போற்றும் மார்க்சியத் தத்துவம் ஆகும்."

முடிவுரை

கவிஞர் தமிழ்ஒளியின் படைப்புகள் ஈழத்தின் கே. டேனியலோடும் ஆங்கிலத்தில் எழுதிய முல்க்ராஜ் ஆனந்த்தோடும், இந்தி எழுத்தாளர் பிரேம்சந்த்தோடும் தமிழ் எழுத்தாளர்களில் புதுமைப்பித்தன், விந்தன், பாவலர் வரதராஜன், ஜெயகாந்தன், சமுத்திரம், பட்டுக்கோட்டை கல்யாணசுந்தரம் உள்ளிட்டவர்களின் படைப்புகளோடும் ஒப்பிடத்தகுந்தன.

இன்று வீறு கொண்டு வளர்ந்துவரும் தலித் இலக்கியத்தின் தந்தையாகவும் இவரை மு.பா. எழிலரசு உள்ளிட்ட பல சான்றோர்கள் கருதுவதும் இத்தன்மையில்தான். மண்ணுக்கேற்ற மார்க்சியத்தை, மண்ணுக்கேற்ற சமூக மாறற்த்தை முன்மொழிந்த அற்புதமான கவிஞர் இவர். அந்த வகையில் இன்றைய சமகாலமும், வருங்காலமும் இவரை இன்னும் அதிகமாக அடையாளம் கண்டு உலக அரங்கில் உயர்த்திப் பிடிக்கும் என்று உறுதியாய்ச் சொல்லலாம்.

(பக்கங்கள்:35—38,யாதும் ஊரே மாத இதழ்— மடங்கல் 2039 — செப்டம்பர் 2008)

3. மார்க்சியக்கவிஞர் தமிழ்ஒளி எழுப்பும் வினாவும் மகா மதுர கவிஞர் முருகேச பாகவதரின் பதில்களும்

"துன்பக் கொடுஞ் சேற்றில் தூர்ந்து மடிகின்றாய் — இதை எண்ண எழுத எவர் உள்ளார் இந்நாட்டில்?"

இந்தியத் திருநாட்டின் கோடிக்கணக்கான ஒடுக்கப்பட்ட மக்கள் படுகின்ற துன்பங்களைத் துயரங்களை எண்ண, எழுத எவர் உள்ளார்? என்று மிகக் கடுமையான கோபத்துடன் அறச்சீற்றத்துடன் கவிஞர் தமிழ்ஒளி வினா எழுப்பினார்.

கவிஞர் தமிழ்ஒளி வாழ்ந்த அதே காலகட்டத்திலேயே அவருக்கு முன்பாகவும் அவருக்கு சமகாலத்திலும் மகாமதுர கவிஞர் முருகேச பாகவதர் ஒடுக்கப்பட்ட சமூக மக்கள் மத்தியில் தோன்றி வளர்ந்த பல்வேறு அரசியல் வரலாற்று எழுச்சிகளை, வளர்ச்சிகளை நுட்பமாகப் பாடிக்கொண்டிருந்தார். நவீனத் தமிழ்க் கவிஞர்களும் சிறுகதை, புதின எழுத்தாளர்களும் ஓரளவுக்கு எழுத முயன்று எழுதி வந்தனர். உலகப் புகழ்பெற்ற முல்க்ராஜ் ஆனந்த் போன்றவர்களும் தீண்டப்படாதவர்கள், கூலி உள்ளிட்ட புதினங்கள் மூலம் எழுத்தில் கொண்டு வந்து இருந்தனர். அரசியல் களத்திலே பாபாசாகேப் அம்பேத்கர் தொடங்கி பலரும் பல்வேறு மாற்றங்களை வித்திட்டுக் கொண்டிருந்தனர். மார்க்சிய இயக்கங்களும் திராவிட இயக்கங்களும் பல மாற்றங்களை எழுதி, பேசி, செயல்படுத்திக் கொண்டு இருந்தனர்.

ஆனாலும் தமிழ்ஒளி எழுப்பிய வினா இன்றும் அப்படியேதான் இருக்கின்றது.

முனைவர் க. ஜெயபாலன்

நான்கில் ஒரு பங்கினரான கோடிக்கணக்கான மக்களின் இந்த வாழ்க்கைத் துயர், விடுதலை இன்னும் எழுதப்பட வேண்டிய அளவுக்கு, பேசப்பட வேண்டிய அளவுக்கு எழுத்தாளர்களால், அறிஞர்களால், கவிஞர்களால் எழுதப்படவில்லை. அல்லது இந்தக் கேடான சமூகக் கட்டமைப்பு, அதன் பொருளாதாரம், அதன் அதிகாரம் அவ்வாறு விடுதலையை நோக்கி எழுத அனுமதிக்கவில்லை என்றுதான் கூற வேண்டியுள்ளது.

இந்தியா எதிர்கொண்ட பற்பல அந்நியப் படையெடுப்புகளை விடவும் கொடுமையானது உள்நாட்டுப் போராய் நடந்து கொண்டிருக்கும் இந்த மோசமான சுரண்டல் முறை. இயல்பாக

எழும் நீதி உணர்வைக் கொல்வதும் கட்டியமைக்கப்பட்ட சாதிய முறைக்கு அல்லது சுரண்டல் முறைக்கு நியாயம் கற்பிப்பதுமே இந்திய இலக்கியங்களின் நீண்ட நெடுங்காலப் பணியாக இருந்து வந்திருக்கின்றது;

அதுதான் தொடர்கிறது. அந்த இடத்திலிருந்துதான் இப்படி அறக் கோபத்துடன் தமிழ்ஒளி உள்ளிட்ட நல்லோர்கள் வினா எழுப்புகின்றனர்.

4. கவிஞர் தமிழ்ஒளியின் புகழ் பரப்பலில் எழுத்தாளர் "எழுச்சி" மு.பா. எழிலரசுவின் பணி

1. 2006 செப்டம்பர் முதல் 2007 பிப்ரவரி வரை எழுச்சி இதழ்களில் "தலித் இலக்கியத்தின் தந்தை தமிழ்ஒளி" என்னும் தலைப்பில் தமிழ் மொழி கவிதைகளின் முன்னோடித் தன்மை குறித்தும் அவரது காவியங்களில் இருக்கின்ற தலித் விடுதலைக் கூறுகள் குறித்து மிக விரிவாக மு.பா. எழிலரசு அவர்கள் எழுதினார்.

(தமிழ்ஒளி பொதுவுடமைச் சிந்தனையாளர்; களப்பணியாளர். அவரை தலித்திய முன்னோடி என்று மட்டுமே கூற முடியாது. சமூகம் மாறவேண்டும் என்று எண்ணுகின்ற அடிப்படையில் அவர் வர்க்க பேதங்கள் தகர்க்கப்பட வேண்டும் என்ற அடிப்படையில் சாதியக் கட்டுமானங்களைச் சாடியுள்ளார். அவர் அடிப்படையில் பொது உடைமையாளர் என்ற தளத்தில் ஐயா அவர்களோடு நீண்ட நேரம் பெரிய விவாதங்களை நடத்தியுள்ளோம். அதை விரிவாகப் பின்னர் எழுதலாம்)

2. தமிழ்ஒளி இலக்கியப் பாசறை சார்பாக 2010 ஆம் ஆண்டிற்கு முன்பே பல கூட்டங்களைத் தேவநேயப் பாவாணர் நூலக சிற்றரங்கில் நடத்தினார். இத்தகு கூட்டங்களில் பேராசிரியர் வீ. அரசு எழுத்தாளர் அழகிய பெரியவன், கவிஞர் பச்சியப்பன் உள்ளிட்டவர்களோடு நானும் கலந்து கொண்டு சில உரைகளை வழங்கியுள்ளேன்.

3. மேலும் செ.து. சஞ்சீவி அய்யா அவர்கள் நடத்திய பல கூட்டங்களிலும் ஐயா மு.பா. எழிலரசு அவர்களோடு சென்று நானும் கலந்து கொண்டுள்ளேன்.

4. 1980களில் செங்கல்பட்டில் பணியாற்றிய பொழுது தமிழ்ஒளி இலக்கியப் பாசறை என்ற அமைப்பை நிறுவி அவர்கள் நடத்தியுள்ளார். அதற்கான பல தரவுகள் தற்போது கிடைத்துள்ளன.

5. இலக்கியப் பாசறை நோக்கம் கொள்கை குறித்து ஒரு சிறிய பிரசுரம் ஒன்றை வெளியிட்டுள்ளார்.

(தமிழ்ஒளி தலித் இலக்கியத்தின் தந்தை என்ற சிறு பிரசுரத்தைக் கொண்டு வர வேண்டும் என்று முயற்சி செய்து கொண்டிருந்தார். அதற்குள் அவர் காலமாகிவிட்டார். விரைவில் அந்தச் சிறு பிரசுரத்தையும் இன்னும் அவரது தமிழ்ஒளி குறித்தான பங்களிப்புகளையும் விரிவாக ஆய்வு செய்து வெளியிட வேண்டும்.)

5. எழுச்சி மு.பா. எழிலரசுவின் தமிழ்ஒளி குறித்து வெளிவராத நூல்

2006 இல் பேரா. அரங்க. மல்லிகா வழிகாட்டியபடி எழுச்சி மு.ப. எழிலரசுவைச் சந்தித்தேன். அந்தத் தொடர்பு எழுச்சி மாத இதழில் தொடர்ந்து கட்டுரைகள் எழுதும் வண்ணம் என்னை மாற்றியது. சமூக, இலக்கிய, அரசியல் குறித்து மணிக்கணக்கில் அவரோடு உரையாடிய பொழுதுகள் மறக்கக் கூடியவை அல்ல. அவரின் துணைவியார் அம்மா கலைச்செல்வி எழிலரசு அவர்களின் சுவையான தேநீரும் சிற்றுண்டிகளும் எங்கள் உரையாடலை இன்னும் விரைவுப் படுத்தும்.

"எழுச்சி" மாத இதழ் பொறுப்பாசிரியர் பணியின் ஊடாகவே அவர் குறிப்பிடத்தக்க திறனாய்வுகளையும் கட்டுரைகளையும் எழுதினார். அவற்றில் ஒன்றே "தலித் இலக்கியத்தின் தந்தை தமிழ்ஒளி" எனும் தொடர். இப்படி அவரை அடையாளப்படுத்துவதில் எனக்கு உடன்பாடு இல்லை என்றாலும். தமிழ்ஒளியை அவர் ஆராய்ந்திருந்த பாங்கு அலாதியானது. விறுவிறுப்பான நடை புதிய புதிய விளக்கமென நன்றாக எழுதியிருந்தார். அதை நூலாக்கும் முயற்சியில் நானும் உடன் இருந்தேன். ஆனாலும் அவரின் உடல் நலக்குறைவினால் வேலை மந்தமானது.

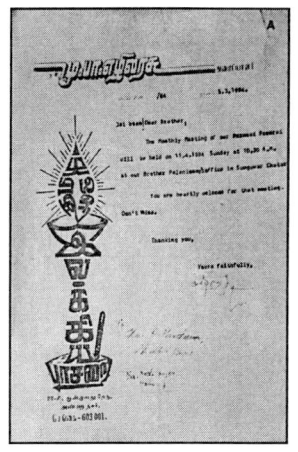

A

Dear Brother,

You are heartly welcome for that meeting.

Don't Miss.

Thanking you,

Yours faithfully,

5.7.1951 .இல் பிறந்த அவர் 11.06.2013 இல் நம்மை விட்டுப் பிரிந்து சென்றார். ஈடு செய்ய முடியாத இழப்பாகவே இன்று வரை உணருகிறேன். அவரின் மறைவுக்குக் கட்சிகள் தாண்டி அனைவரும் வந்து மரியாதை செய்தனர். நான் அன்பன் ஐயா, வழக்குரைஞர் தமிழ் இனியன், ஓ.ரா.ந. கிருஷ்ணன், பேரா.

பார்த்திபன், பேரா விஜயகுமார் உள்ளிட்டவர்கள் பௌத்த முறைப்படி சில சடங்குகள் செய்து அனுப்பினோம். இதழில் நிகழ் அய்க்கண் ஐ.ஜா.ம. இன்பகுமார், மா. வேலுச்சாமி உள்படப் பலர் எழுதினோம். பௌத்தச் சங்கத்திலும் டாக்டர் வேலு அண்ணாலை, எஸ். நடராசன் உடன் பலரிருந்தோம்.

அவரின் மறைவுக்குப் பிறகு பாபாசாகேப் அம்பேத்கரின் தத்துவ நூல் தொகுதிகள் என்று அவர் எழுதிய தொடர் கட்டுரையின் முதல் தொகுதி மட்டும் வெளிவந்தது. தமிழ்ஒளி பற்றிய தொடரும் பிற அவரின் எழுத்துகளும் நூலாக்கப்பட வேண்டும். கலைச்செல்வி அம்மாவுக்கும் ராஜா, சாம், டான்ராஜ் ஆகியோருக்கும் மற்றும் அனைவருக்கும் அது பெருமை சேர்க்கும்.

குறிப்பு: ஐயா மு.பா. எழிலரசு பற்றி வரிவாக எழுத வேண்டும். நண்பர்கள், பழகியவர்கள் இதற்கு உறுதுணை புரிய வேண்டும்.

6. கவிஞர் தமிழ்ஒளியும் செ.து.சஞ்சீவியும் (ஒரு கவிஞருக்காகத் தன்னை அர்ப்பணித்துக் கொண்ட மாமனிதரின் வாழ்க்கையின் சில குறிப்புகள்)

தமிழ்க்கவிஞர்கள் மகத்தான தியாகத்தோடும் புலமையோடும் மானுட சமூகத்திற்காகப் பணியாற்றி விட்டுச் சென்று விடுகின்றனர். அவருக்குப் பிறகு அந்தக் கவிஞர்களுக்குப் பிறகு பல்வேறு ஆளுமையாளர்கள் தங்கள் வாழ்க்கையை அந்த மாமனிதர்களுக்காக அந்த மாபெரும் மகாகவிகளுக்காக தங்கள் வாழ்க்கையை அர்ப்பணித்துக் கொண்டு தங்களது பெயர், புகழ், பணம் எதையும் பாராமல் உழைத்துச் சென்று விடுகின்றார்கள்.

இதனால் அந்த மகாகவிகளின் பக்கத்தில் அழியாத முத்திரையையும் அவர்கள் பெறுகிறார்கள்.

மகாகவி பாரதியாருக்கு வ.ரா. பரலி, சு. நெல்லையப்பர் தொடங்கி சீனி. விஸ்வநாதன், ரா.அ. பத்மநாபன், ஆ.இரா. வெங்கடாஜலபதி பேராசிரியர் ய. மணிகண்டன் உள்ளிட்ட பல்வேறு அர்ப்பணிப்பு மிக்க தியாக சீலர்கள் அமைந்தனர்; பலரும் பணிகளை இன்றும் ஆற்றி வருகின்றனர் பாரதிக்கு அமைந்த அறிஞர் படை ஏராளம் உண்டு.

பாவேந்தர் பாரதிதாசனுக்கு இவ்வகையில் முனைவர் ச.சு. இளங்கோ தொடங்கி இன்னும் பலர் அமைந்தனர். கவிஞர் முருகு

சுந்தரம், கவிஞர் ஈரோடு தமிழன்பன், முனைவர் இரா. இளவரசு உள்ளிட்ட பாவேந்தர் பாரதிதாசன் பரம்பரை என்று மிகப்பெரிய அளவில் அமைந்து பாவேந்தருக்கும் பல்வேறு ஆய்வுக் களங்களிலும் மொழிபெயர்ப்புப் பணிகளிலும் அருமையான அறிஞர்கள் அமைந்தனர். கவிமணி தேசிக விநாயகம் பிள்ளைக்கு நாமக்கல் கவிஞருக்கு யோகி சுத்தானந்த பாரதிக்கு இவ்வாறு இன்னும் பற்பல கவிஞர்களுக்குப் பல அறிஞர்கள், களச்செயல்பாட்டாளர்கள், தேடுதல் மிக்க ஆர்வலர்கள் அமைந்து அவர்களின் வரலாறுகளை வாழ்க்கைப் பங்களிப்புகளை எடுத்து இந்த உலகிற்குக் கூறியுள்ளனர் அவர்கள் அனைவருமே வாழ்த்துக்குரியவர்கள்.

மாயூரம் வேதநாயகர், மாபெரும் தாக்கத்தை நிகழ்த்திய வள்ளல் பெருமான் உள்ளிட்ட பலரைப் பற்றியும் பல்வேறு அறிஞர்கள் பல்வேறு நூல்களாகக் கொண்டு வந்துள்ளனர்.

பல நேரங்களில் மறக்கப்பட்டும் மறைக்கப்பட்டும் போகின்ற பல முன்னோடிகளையும் எடுத்து வெளியே கொண்டு வருவதில் ஆய்வாளர்கள் பெரும் பங்கை ஆற்றுகின்றனர். அவ்வகையில் மதுரகவி பாஸ்கரதாஸை நாடகாசிரியர் முருகபூபதி வெளியே கொண்டு வந்தார். சங்கரதாஸ் சுவாமிகளின் படைப்புகளை ஐயா வீ. அரசு அவர்கள் மறுமதிப்பு செய்தார். அண்மையில் அருமை நண்பர் கி. பார்த்திபராஜாவும் ஒரு நூல்

கொண்டு வந்துள்ளார். பம்மல் சம்பந்தனாரின் படைப்புகளை எல்லாம் ஐயா பேராசிரியர் கோ. பழனி அவர்கள் மிகச் சிறப்பாகக் கொண்டு வந்தார்.

கவிஞர்களில் கம்பதாசன் படைப்புகளைச் சிலோன் விஜயந்திரன் என்ற மகத்தான ஓர் உழைப்பாளர், ஆய்வாளர் அமைந்து கம்பதாசனின் படைப்புகளை எல்லாம் மறு பதிப்பாக கொண்டு வந்து மீண்டும் தமிழ்ச் சமூகத்தில் உலவ விட்டார்.

கவிஞர் கண்ணதாசனுக்கு இராம. கண்ணப்பன் உள்ளிட்ட பலரும் அமைந்து அவரது படைப்புகளைத் தொகுத்தும் பிரித்தும் கொண்டு வருவதில் பெரும் பங்கைச் செய்தனர்.

மகாமதுர கவிஞர் முருகேச பாகவதரும் இவ்வகையில் நம்மால் கண்டறியப்பட்டு மறுபதிப்பு செய்யப்பட்டுள்ளார். முனைவர் ப. சரவணன் தலித் முரசு இதழில் முருகேச பாகவதரைப் பற்றி முதலில் எழுதினார். முனைவர் பழனிச்சாமி, முனைவர் பு. ஜார்ஜ் உள்ளிட்ட பேராசிரியர்கள் ஏற்கனவே சில ஆய்வுகளை முருகேச

 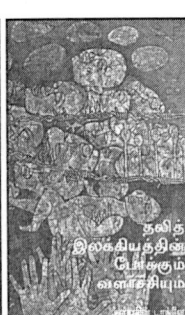   

பாகவதரைப் பற்றி தங்களிடம் ஆய்வுச் செய்த மாணவர்களிடம் தந்து செய்துள்ளனர். அரசு மூலம் அவரது படைப்புகளை அரசுடைமையாக்கப்பட்டதும் அவரைப் பற்றிய பல்வேறு கட்டுரைகளைப் பல இளம் ஆய்வாளர்களும் அறிஞர்களும் எழுதி வருகின்றனர் என்பதும் குறிப்பிடத்தக்கது.

காலம் சென்ற புலவர் வே. பிரபாகரன் அவர்கள் பல முன்னோடி மற்றும் பௌத்த ஆளுமைகள் குறித்துப் பல பதிவுகளைச் செய்தார்.

பட்டுக்கோட்டை கல்யாணசுந்தரம், ப. ஜீவானந்தம் உள்ளிட்ட பல்வேறு முன்னோடிகளின் படைப்புகளைக் கொண்டு வருவதில் நம்மிடையே இன்றும் வாழ்ந்து வருகின்ற கே. ஜீவபாரதி அவர்கள் மகத்தான பங்களிப்பைச் செய்துள்ளார் என்பது அனைவரும் அறிந்ததே.

அறிவுலகில், அரசியல் உலகில் மறைக்கப்பட்ட பல முன்னோடிகளைப் பலரும் தேடிப் பிடித்து மறுபடியும் செய்து சமூகத்தில் வழங்குகின்றனர் என்பது மிகவும் புதுமையான வளர்ச்சிக்கு வித்திடும் போக்காகும்.

கவிதை உலகில் இவ்வகையில் மாபெரும் தாக்கத்தை நிகழ்த்திய கவிஞர் தமிழ்ஒளி குறித்துக் கடந்த 50 ஆண்டுகளுக்கும் மேலாக அரும்பணி ஆற்றிய செ.து. சஞ்சீவி (17.10.1929 — 20.05.2023) அவர்களின் வாழ்க்கை மிகவும் அருமையான ஒரு வாழ்க்கையாகும்.

அந்த வாழ்வின் பகுதிகளை நாம் அறிந்து கொள்ள வேண்டியது மிக முக்கியமான ஒன்றாகும்.

சென்னை செ.து. சஞ்சீவி

17.10.1929 சென்னை திருவான்மியூரில் பிறந்து பிறகு இளமை காலத்திலேயே குடும்பத்துடன் சென்னை செனாய் நகரில் பழைய கால சேத்துப்பட்டு பகுதிக்குக் குடி பெயர்ந்து அங்கே இருந்த பிள்ளையார் கோயில் தெருவிலேயே கடந்த எண்பது ஆண்டுகளுக்கு மேலாக வாழ்ந்து, கவிஞர் தமிழ்ஒளிக்காக ஏறத்தாழ 60 ஆண்டுகளுக்கு மேலாக அரும்பணி ஆற்றிய பதிப்பாளர் கவிஞருக்கு ஒருவகையில் காப்பாளர் என்றெல்லாம் சொல்லக் கூடிய வண்ணம் பெற தனது வாழ்க்கையை நிறைவாக அர்ப்பணித்துக் கொண்டவர் செ.து. சஞ்சீவி அவர்கள்.

50 களிலிருந்து கவிஞருடன் கொண்ட தொடர்பு

ஏறத்தாழ 1953 இல் இருந்து கவிஞர் தமிழ்ஒளியுடன் தொடர்பு கொண்டு 2023ல் தாம் காலமாகும் வரையில் கவிஞரின் படைப்புகளைத் தேடித் தேடி பல்வேறு சிறிய நூல்களாகவும் பெரிய நூல்களாகவும் அவருக்கு விழாக்கள் எடுப்பது பற்றியும் கருத்தரங்குகள் நடத்துவது பற்றியுமே சிந்தித்துச்செயல்பட்டு தனது வாழ்க்கையை அர்ப்பணித்துக் கொண்டவர் செ..து.சஞ்சீவி ஆவார்.

இணைந்து பயணிக்கும் தோழமை

"பொதுவுடைமை இயக்கம் திராவிட இயக்கம்" மற்றும் அடித்தள மக்களின் விடுதலை இயக்கங்கள் என்று பல இயக்கங்களில் கவிஞர் தமிழ்ஒளி இணைந்து நின்று மானுட விடுதலையை முன்னெடுத்ததைப் போலவே சஞ்சீவி அவர்களும் அனைத்து இயக்கத்தாரோடும் இணைந்து தமிழ்ஒளியை முன்னே கொண்டு வந்து நிறுத்திட (அவரது இயல்பான புலமையினாலேயே தமிழ்ஒளி மிகச் சிறப்பாக வெற்றி பெற்று நின்றார். சுடர் விளக்காயினும் தூண்டுகோல் வேண்டும் என்ற தமிழ் மொழியின் கருத்திற்கு ஏற்ப) அயராது பாடுபட்டார் என்பது அனைத்து ஆய்வாளர்களும் ஒப்புகின்ற உண்மையாகும்.

இல்லறம்

1963ல் வசந்தா என்பவரைத் திருமணம் புரிந்து துரைவேல், சிவக்குமார், புகழ் நம்பி, அமுதா ஆகிய நான்கு பிள்ளைகளைப் பெற்று நிறை வாழ்க்கை வாழ்ந்த ஐயா சஞ்சீவி அவர்கள் இளமைக்காலம் தொட்டுத் திராவிட இயக்கங்களில் ஆர்வம் உடையவர் என்றாலும் காலம் சென்ற முதல்வர் கலைஞர் முகருணாநிதி உள்ளிட்ட பலரோடு தொடர்பு உடையவர் என்றாலும் தனது நலனுக்காக எதையும் எவரிடமும் கேட்டதில்லை.

புகழ்ப் புத்தகாலயம் என்னும் பதிப்பகம்

"என் கடன் பணி செய்து கிடப்பதே" என்ற அப்பர் பெருமானின் வாக்கிற்குஏற்ப இவர் தொடர்ந்து புகழ் புத்தகாலயம் என்ற அமைப்பை நிறுவி அதன் மூலமாகத் தமிழ்ஒளியின் புகழைப்

பரப்புவதே தமது வேலையாகத் தொடங்கி செயல்பட்டார்.

களப்பணியாளர்களுக்கும் கல்வியாளர்களுக்கும் பாலமாய் விளங்கியவர்

ஐயா சஞ்சீவி அவர்கள் தமிழ்ஒளியைப் பற்றி முதன்முதலாக ஆய்வு செய்த கனகரத்தினம் என்ற அம்மையார் தொடங்கிச் சென்னைப் பல்கலைக்கழகத்தில் 1960 களிலேயே வெளியிடப்பட்ட இந்திய விடுதலையும் தமிழ் இலக்கியமும் நூலில் தமிழ் மொழியின் கவிதைகள் குறித்து எழுதிய சி. பாலசுப்ரமணியன் ஐயா அவர்களின் கட்டுரைத் தொடங்கி முன்னோடியாகப் பல்வேறு ஆய்வுகளைப் பலரும் எழுதுவதற்கு ஊக்கமளித்தவர் என்றால் மிகையில்லை. 1990க்கு பிறகு எழுந்து வந்த தலித் விடுதலையின் ஊடாகப் பல்வேறு பொதுவுடமை இயக்கங்களிலும் திராவிட இயக்கங்களிலும் முன்னணியில் நின்று களப்பணியாற்றிய தலித் ஆளுமையாளர்களைப் பற்றி இன்னும் கூடுதல் கவனத்துடன் பல இயக்கங்கள் அறிஞர்களின் புகழ்பரப்பும் மன்றங்கள் இந்திய அளவில் உருவானதைப் போலவே தமிழ்ச் சமூகத்திலும் உருவாகியது.

தமிழ்ஒளி இலக்கியப் பாசறை என்ற ஓர் அமைப்பை 1990களில் தொடங்கி எழுச்சி மு.பா. எழிலரசு அவர்கள் நடத்தினார். அதன் மூலமாகப் பல நிகழ்வுகளைச் சென்னை தேவநேயப் பாவாணர் நூலக சிற்றரங்கில் நடத்தியுள்ளார். அவ்வாறான பல நிகழ்வுகளிலும் சஞ்சீவி ஐயா அவர்கள் வருகை தந்து சிறப்புச் செய்துள்ளார். மேலும் பொதுவுடமை

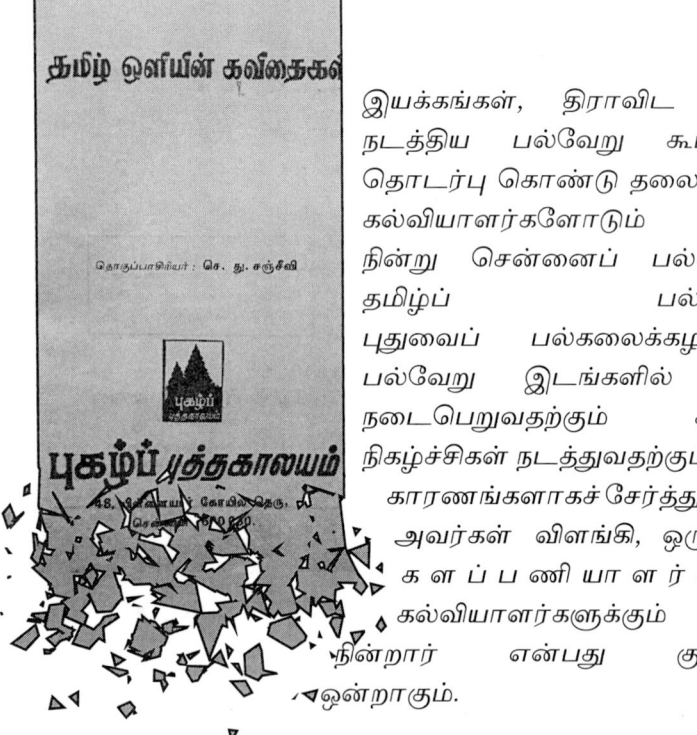

இயக்கங்கள், திராவிட இயக்கங்கள் நடத்திய பல்வேறு கூட்டங்களிலும் தொடர்பு கொண்டு தலைவர்களோடும் கல்வியாளர்களோடும் இணைந்து நின்று சென்னைப் பல்கலைக்கழகம், தமிழ்ப் பல்கலைக்கழகம் புதுவைப் பல்கலைக்கழகம் என்று பல்வேறு இடங்களில் கூட்டங்கள் நடைபெறுவதற்கும் கல்லூரிகளில் நிகழ்ச்சிகள் நடத்துவதற்கும் அடிப்படை காரணங்களாகச் சேர்த்து சஞ்சீவி ஐயா அவர்கள் விளங்கி, ஒரு பாலமாகக் களப்பணியாளர்களுக்கும், கல்வியாளர்களுக்கும் இடையில் நின்றார் என்பது குறிப்பிடத்தக்க ஒன்றாகும்.

தமிழ்ஒளி பொதுவுடைமையாளுமை

கவிஞர் தமிழ்ஒளியின் படைப்புகளைக் காவியங்களை நாடகங்களைத் தமிழர்களின் நூற்றாண்டு விழா குழுவினர் நூல்களாகவும் கலை நிகழ்வுகளாகவும் தமிழகம் முழுவதும் பல்வேறு அறிஞர்கள், கவிஞர்கள், சிந்தனையாளர்கள், தலைவர்கள் உறுதுணையோடு நடத்தி வெளியே கொண்டு வருவதற்குப் பத்து ஆண்டுகளுக்கு முன்னரே திட்டமிட்டு விரிவான நிகழ்வுகளை நடத்தினர். அத்தகைய அனைத்து ஆளுமைகளோடும் இணைந்து செயல்படுவதில் செ.து. சஞ்சீவி அவர்கள் முக்கிய புள்ளியாக விளங்கினார். பல்வேறு பின்புலங்களில் கவிஞர் தமிழ்ஒளி பார்க்கப்பட்டாலும் பேசப்பட்டாலும் அவர் அடிப்படையில் ஒரு பொதுவுடமையாளர் என்ற கருத்தில் அவர் எப்பொழுதும் ஆழமாக நின்று செயல்பட்டார்.

கடந்த பத்து ஆண்டுகளுக்கு மேலாக அவருடன் கொண்டிருந்த நமது நட்பு

ஐயா மு.பா. எழிலரசு அவர்களோடு கொண்டிருந்த நமது நட்பு பல்வேறு இலக்கிய ஆளுமைகளைப் பற்றி விரிவாகப் பேசுகின்ற சூழலில் கவிஞர் தமிழ்ஒளியின் பங்களிப்பு குறித்தும் மிக விரிவாகப் பேச உரையாட சூழல்கள் அமைந்தன. அவ்வகையிலான நட்பு வட்டத்தில் செ.து. சஞ்சீவி அய்யா அவர்களுடன் நட்பு ஏற்பட்டு கடந்த 15 ஆண்டுகளுக்கு மேலாகப் பல நிகழ்வுகளிலும் கூட்டங்களிலும் அவரோடு சென்று அந்த அனுபவச் செழுமை மிக்க மனிதரோடு பழகிய காலங்கள் நினைவுகள் அருமையானவை அவை விரிவாக எழுதத்தக்கவை.

தமிழ்ஒளிக்காக சஞ்சீவி ஐயா அவர்கள் எழுதிய சில முக்கிய நூல்கள்

தமிழ்ஒளி அவர்களின் நூல்களைப் பதிப்பதோடு நின்று விடாமல் கவிஞர் தமிழ்ஒளியின் வாழ்க்கை வரலாற்றையும் சாகித்ய அகாடமிக்காகச் சேர்த்து சஞ்சீவி அவர்கள் எழுதியுள்ளார்

சாகித்ய அகாடமிக்காகத் தமிழ்ஒளியின் தேர்ந்தெடுக்கப் பட்ட கவிதைகளையும் வழங்கி உள்ளார்.

மேலும் தமிழ்ஒளி குறித்த சிறியதும் பெரியதுமான பல கட்டுரைகளையும் நூல்களையும் எழுதி உள்ளார்.

"தமிழ் அறிஞர்கள் பார்வையில் தமிழ்ஒளி" என்ற நூலும் மிக முக்கியமானது.

இந்த நூலில் 11 பாமாலைகளும் சான்றோர் அணிந்துரை என்ற தலைப்பின் கீழ் 17 கட்டுரைகளும் சிறப்புக் கட்டுரைகள் 48 உள்ளன. எண் 29 முதல் 77 வரை அமைந்துள்ளன. நூல் விமர்சனம் என்ற தலைப்பின் கீழ் 23 பதிவுகள் உள்ளன மேலும் அவரது வாழ்க்கைக் குறிப்புகளும் "நான் அறிந்த தமிழ்ஒளி" என்ற தலைப்பில் சஞ்சீவி அவர்கள் எழுதிய குறிப்பும் உள்ளன.

நியூ செஞ்சுரி புத்தக நிறுவனமும் தமிழ்ஒளி நூற்றாண்டு நெருங்குகின்ற வேளையில் இவ்வாறான பல நூல்களை வெளியிட்டுள்ளது.

தமிழ்ஒளி நினைவாக சில பதிவுகள் என்ற நூலையும் 2017 ஆம் ஆண்டில் எழுதி உள்ளார். புகழ் புத்தகாலயம் சார்பாகவே இந்த நூல் வெளிவந்துள்ளது.

இவ்வாறு பல முக்கிய நூல்களையும் சேர்த்து சஞ்சீவி ஐயா அவர்கள் எழுதியுள்ளமை தமிழ் மொழியின் வாழ்க்கை வரலாறு குறித்த தேடுதலுக்கு முக்கியக் களமாக உள்ளது.

செ.து. சஞ்சீவி ஐயா அவர்களின் மறைவு

கடந்த மே மாதம் இருபதாம் தேதி (20.05.2023) 93 வயதில் நம்மையெல்லாம் விட்டு சஞ்சீவி அய்யா அவர்கள் காலமானார். அந்த நேரம் இலங்கைப் பயணத்தில் இருந்த சூழலினால் நேரடியாக பங்கேற்க இயலவில்லை. இருப்பினும் அவரது பங்களிப்பை எண்ணி அவருக்கு ஓர் இரங்கல் பதிவையும் செய்திருந்தோம்.

"17.10.1929 இல் பிறந்த ஐயா செ.து. சஞ்சீவி அவர்கள் 20.05.2023 தமது வாழ்நாள் பணியாகத் தமிழ்ஒளி என்னும் கவிஞரைத் தூக்கிச் சுமந்து, பதிப்பித்துப் பல்வேறு வேலைகளைச் செய்தார். உடலால் மறைந்தாலும் அவரது புகழ் என்றும் ஓங்கும்.

அவர் வாழும் பொழுதே "அறியப்பட வேண்டிய முன்னோடிகள்" என்றும் இன்னும் தமிழ்ஒளி பற்றி எழுதிய கட்டுரைகளிலும் அவரை வாழ்த்தி எழுதினோம் என்பது நெஞ்சிற்கு ஆறுதலாய் உள்ளது". (22.05.2023 இல் செய்யப்பட்ட முதல் முகநூல் பதிவு)

தற்போது கவிஞர் தமிழ்ஒளிக்கு நூற்றாண்டு விழா நடைபெறுகின்ற சூழலில் அவரது பெரும் புகழைப் பரப்புவதற்காகவே தனது வாழ்நாளை அர்ப்பணித்துக் கொண்ட சஞ்சீவி ஐயா அவர்களின் வாழ்க்கையையும் விரிவாக எழுத வேண்டும். அவரது பங்களிப்புகளைக் கால வரிசைப்படுத்தி கொண்டு வர வேண்டும்.

வருங்காலத்தில் தமிழ்ஒளி குறித்து நுட்பமான ஆய்வுகளும் கால வரிசைப்படுத்தப்பட்ட ஆய்வுகளும் செய்யப்படும் பொழுது சஞ்சீவி ஐயா அவர்கள் என்றும் ஒரு சஞ்சீவியாகவே வாழ்வார் என்றால் மிகையில்லை.

வாழ்க அவரின் புகழ்!

பரவட்டும் அவரது தன்னலம் இல்லாத தொண்டுள்ளம்!

செ.து. சஞ்சீவி அவர்களின் துணைவியார் கடந்த 8.11.2023 அன்று உறக்கத்திலேயே காலமானார். அவரைப் பற்றிய செய்திகளை முகநூல்களில் இரா.தெ. முத்து அவர்கள் பதிந்திருந்தார். ஐயா. நல்லக்கண்ணு இன்னும் தமிழ் அறிவுலகில் ஆர்வம் கொண்ட பலரும் சென்று அவரது மறைவுக்கு இரங்கல் செய்து அஞ்சலி செய்து திரும்பினர்.

7. பண்டிதர் அயோத்திதாசரும் கவிஞர் தமிழ்ஒளியும்

பண்டிதர் அயோத்திதாசரும் கவிஞர் தமிழ்ஒளியும் என்ற தலைப்பு ஓர் அறிஞரையும் கவிஞரையும் ஒப்பிட்டுப் பார்க்கின்ற முயற்சியாகும். 19 ஆம் நூற்றாண்டையும் 20 ஆம் நூற்றாண்டையும் இணைத்துப் பார்க்கின்ற ஒரு முயற்சியும் எனலாம். மேலும் பௌத்தத் தமிழ் மறுமலர்ச்சி அறிஞரையும் பொதுவுடைமைத்தமிழ்க் கவிஞரையும் ஒப்பிட்டுக் காண்பது பொருளடக்க அடிப்படையில் பல புதிய பார்வைகளை வழங்கும்.

இந்த ஆய்வுக் கட்டுரையைப் பின்வரும் சில வினாக்களை எழுப்பி அவற்றுக்கு விடை காணும் விதமாக அமைத்துக் கொள்ளலாம்.

1. பண்டிதர் அயோத்திதாசரையும் கவிஞர் தமிழ்ஒளியையும் ஏன் ஒப்பிட வேண்டும்?

2. பௌத்த மறுமலர்ச்சி இயக்கமும் பொதுவுடைமை இயக்கமும் ஒன்றுபடும் இடங்கள் எவை?

முனைவர் க. ஜெயபாலன்

3. இந்தியச் சாதியக் கட்டுமான சூழலில் இதைக் களைந்து புதுமையான வாழ்வியலுக்குப் பண்டிதரும் தமிழ்ஒளியும் தருகின்ற பார்வைகள் யாவை?

4. பண்டிதர் அயோத்திதாசரும் கவிஞர் தமிழ்ஒளியும் ஒன்றுபட்டு நிற்கும் பௌத்தச் சிந்தனைகள் என்னென்ன?

5. இன்றைய 21ம் நூற்றாண்டில் உலகமய பொருளாதார சூழலில் மார்க்சியம், தமிழ்த் தேசியம், தலித்தியம், பெண்ணியம், திராவிடம் உள்ளிட்ட கருத்தியல்கள் இணைந்து நிற்க வேண்டிய தேவைகள் யாவை?

இந்த ஐந்து வினாக்களுக்குமான விடையை இந்த ஆய்வுக் கட்டுரையில் காண்போம்.

பண்டிதர் அயோத்திதாசரை அவர் காலத்தில் வாழ்ந்த மாபெரும் கவிஞர்களான பாரதியார், இக்பால், இ.நா. ஐயாக்கண்ணு புலவர், திருப்பத்தூர் பெரியசாமி புலவர், இரவீந்திரநாத்தாகூர், ஆசிய ஜோதியைப் படைத்த எட்வின் அர்னால்ட், தமிழில் ஆசிய ஜோதியைத் தந்த கவிமணி, "பூலோக வியாசன்" முத்துவீரநாவலர், புரட்சிக்கவிஞர் பாவேந்தர் பாரதிதாசன், மலையாளத்தின் மாபெரும் கவிஞர் வள்ளத்தோள், குமாரன் ஆசான் உள்ளிட்ட மாபெரும் கவிஞர்களுடன் ஒப்பிடவேண்டும். இருப்பினும் ஒரே மொழியில்

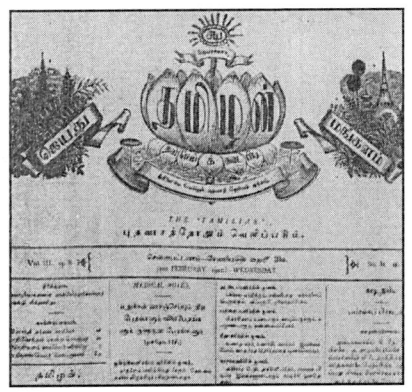

தமிழன்

THE "TAMILIAN."

பண்டிதர் அயோத்திதாசரின் மறைவுக்குப் பின்னர் 10 ஆண்டுகள் கழித்துத் தோன்றியத் தமிழ்க் கவிஞர் தமிழ்ஒளியோடு ஒப்பிடுவது ஏன்? என்பதற்குப் பின்வரும் பதில்களைத் தரலாம்.

1. முன்னுரையில் குறிப்பிட்டதைப் போல இரண்டு நூற்றாண்டுகளை ஒப்பிட்டதைப் போல இந்த ஒப்பீடு அமையும்.

2. மேலும் முன்னுரையில் குறிப்பிட்டதைப் போலவே தத்துவம் என்ற கருத்தியலையும் மார்க்சியம் என்ற கருத்தையும் ஒப்பிடுவதாகவும் இந்த ஆய்வு அமையும்.

3. ஒரு மொழியில் தோன்றும் கவிஞர்கள் தங்களுக்கு முன்னர் வாழ்ந்த அறிஞர்களின் கவிஞர்களின் சிந்தனைகளை உள்வாங்கிக் கொண்டு அதை வெளிப்படுத்துவது ஒரு போக்காகும். அவ்வகையில் தமிழில் பண்டிதர் அயோத்திதாசரின் கருத்துக்களை எவ்வகையில் எல்லாம் கவிஞர் தமிழ்ஒளி உள்வாங்கி வெளிப்படுத்தியுள்ளார் என்பது என்றும் ஆய்வதற்கு இங்கே இடம் உள்ளது. தமிழ் மொழியில் பல கவிஞர்கள் பண்டிதர் அயோத்திதாசரின் கருத்துக்களைத் தங்கள் கவிதைகளில் அப்படியே உள்வாங்கி வெளிப்படுத்தியுள்ளனர். இவர்களின் முக்கியமான ஒரு கவிஞர் மகாமதுர கவிஞர் வீ.வே. முருகேச பாகவதர். இவ்வகையில் பண்டிதர் அயோத்திதாசரின் கருத்துக்களைத் தமிழ்ஒளி எவ்வாறு உள்வாங்கி உள்ளார் என்றும் இவ்வாய்வில் காணலாம்.

4. மேலும் காலத்திற்குக் காலம் மொழி மாறிக் கொண்டே இருக்கிறது. தலைமுறைக்குத் தலைமுறை பல்வேறு மாற்றங்கள் உருவாகும். புதிய புதிய கருத்தியல்கள், சிந்தனை மாற்றங்கள், விஞ்ஞான வளர்ச்சிகள் இவை மொழியில் பல்வேறு மாற்றங்களை உருவாக்குகின்றன.

பண்டிதர் அயோத்தி தாசரின் காலத்தில் தமிழ் மொழி நவீன மொழியாய் மாறுதல் அடைந்து கொண்டிருந்த காலம் என்று கூறலாம். கவிஞர் தமிழ்ஒளியின் காலமும் முற்றிலும் நவீனமான காலம். இத்தகு காலத்தில் கையாண்ட இருவேறு அறிஞர், கவிஞரின் மொழிகள் எவ்வாறு உள்ளன என்றும் ஆய்வதற்கு இடமுள்ளது.

5. சமூகவியல் கண்ணோட்டத்தில் கூற வேண்டுமென்றால் பண்டிதர் அயோத்திதாசரும் கவிஞர் தமிழ்ஒளியும் சாதிக் கட்டமைப்பைக் கடந்தவர்கள். பண்டிதர் அயோத்திதாசரின் மொழியில் கூறுவதென்றால் பூர்வீக பௌத்தர்கள்; ஆதித் தமிழ்க் குடிகள்.

எனவே உண்மையான ஒரு சமூக மாற்றத்திற்கான சிந்தனைகள் இவ்விருவரிடமிருந்தும் எவ்வாறு வெளிப்பட்டுள்ளன என்பதை ஆராய்வது நவீனத் தமிழ்ச் சமூகத்தை நவீன இந்தியச் சமூகத்தை எழுதுவதற்கு ஒரு நற்கருவியாக அமையும் என்றால் மிகையில்லை.

2. பௌத்த மறுமலர்ச்சி இயக்கமும் பொதுவுடைமை இயக்கமும் ஒன்றுபடும் இடங்கள் எவை?

பௌத்த மறுமலர்ச்சி இயக்கத்தின் நோக்கம் என்ன?. சமூகத்தை ஜாதி பேதமற்ற சமூகமாகவும் புத்தரின் சிந்தனை அடிப்படையில் ஒரு சமத்துவச் சமூகமாக மாற்ற வேண்டும். அன்பும் கருணையும் மிக்க சமுதாய அமைப்பை உருவாக்க வேண்டும் என்பதுதான் அது.

பொதுவுடமை இயக்கத்தின் நோக்கம் என்ன?

பொருளாதாரக் கட்டமைப்பில் சுரண்டல் இல்லாத சமூக அமைப்பு உருவாக வேண்டும். சுரண்டுவோர், சுரண்டப்படுவோர் இல்லாத சமத்துவச் சமூகக் கட்டமைப்பும் சிந்தனைச் சுதந்திரம் மிக்க வாழ்வியலையும் உருவாக வேண்டும் என்பதுதான் பொதுவுடமை இயக்கத்தின் நோக்கமாகும். இன்னும் பல இருப்பினும் இவைதான் பௌத்த இயக்கத்திற்கும் பொதுவுடமை இயக்கத்திற்கான நோக்கங்கள் என்று கூறலாம்.

இவ்விரு இயக்கங்களும் சந்திக்கும் இடங்கள் எவை?

புத்தரின் காரணகாரிய கோட்பாடும் (படிச்ச சமுப்பதம் — பன்னிரு சார்பு நிதானங்கள்) எல்லாம் காரணங்களாலும் சூழல்களாலும் ஒன்றோடு ஒன்று பின்னிப் பிணைந்து இருக்கின்றன என்று பௌத்தம் கூறுகின்ற தத்துவம், தத்துவத் தளத்தில் மட்டும் அலசப்பட வேண்டிய ஒன்றல்ல. சமுதாய அரசியல் களத்திலும் வைத்துப் பார்க்கப்பட வேண்டிய ஒன்றாகும்.

சமுதாயத்தில் இருப்பவை அரசியலில் பிரதிபலிக்கின்றன. அரசியலில் இருப்பவைச் சமூகத்திலும் சமயத்திலும் பிரதிபலிக்கின்றன. சமூகத்தையும் சமயத்தையும் மாற்றினால்தான் அரசியலையும் மாற்ற முடியும். எல்லாம் சூழல்களாலும் காரண காரியங்களாலும் பின்னிப் பிணைந்து இருக்கின்றன. எதுவும் இங்கே தனித்து இல்லை. எனவேதான் பாபாசாகேப் அம்பேத்கர் அவர்கள் சாதி ஒழிப்பு நூலில் எல்லா அரசியல் மாற்றங்களுக்கும் முன்னர் சமூக மாற்றம் அவசியமாக இருக்கின்றது என்று உலக வரலாறுகளை ஒப்பிட்டுக் காட்டுகின்றார்.

பௌத்தம், மேலே கூறும் எல்லாம் ஒன்றோடு ஒன்று பின்னிப் பிணைந்து நிற்கும் இந்தக் கோட்பாட்டைக் காரணகாரிய இயங்கியலை மார்க்சியமும் ஒருவகையில் ஏற்றுக் கொள்கிறது. வரலாற்றுப் பொருள்முதல்வாதம், கருத்துப் பொருள் முதல்வாதம், மற்றும் இயங்கியல் வாதங்கள் என்றெல்லாம் கூறப்படும் அணுகுமுறையாவும் உழைப்புக்கும் உற்பத்திக்கும் பொருள்களுக்கும் நுகர்தலும் இடையே உள்ள உறவுகளை எல்லாம் விரிவாக அலசி ஆராய்கின்றன.

வேறொரு வகையில் பாபாசாகேப் அம்பேத்கர் மொழியில் கூறவேண்டும் என்றால் புத்தர் 'துக்கா' என்று சொன்னதை மார்க்சியம் சுரண்டல் என்று கூறுகின்றது.

இரண்டு இயக்கங்களின் நோக்கமும் சுரண்டல், துன்பம் ஒழிக்கப்பட வேண்டும் சமூக மறுமலர்ச்சி உருவாக வேண்டும் என்பதுதான். எனக்குப் புதியதொரு விடியலைத்தேடி இரண்டு இயக்கங்களும் இயங்குகின்றன இருக்கின்றன என்பது இங்கே சுட்டத் தகுந்தது.

அண்ணல் அம்பேத்கரின் கண்ணோட்டத்தில் மார்க்சியத்தை விடவும் ஆசியச் சூழலில் இந்தியச் சூழலில் புத்தரின் கருத்துக்களே ஏற்கத்தக்கதாய் உள்ளன என்று புத்தரா? காரல் மார்க்ஸா? உள்ளிட்ட பதிவுகளில் கூறியிருப்பதால் இரண்டையும் எதிர் எதிரில் நிறுத்தி அவர்களுக்கிடையே சண்டைகளை முரண்களை வளர்த்துக் கொண்டிருப்பது நமது வேலையாக இல்லாமல், அப்படி வேலை செய்துக் கொண்டிருப்போர்  சுரண்டுவோவருக்கு ஏதோ ஒரு வகையில் பணியாற்றிக் கொண்டிருக்கிறார்கள் என்பதனால் பௌத்த நாடுகள் மார்க்சியத்தை ஏற்ற பவுத்த நாடுகள் எவ்வாறு ஆசிய கண்டத்தில் உள்ளன என்பதை எண்ணிப் பார்ப்பது இந்தியப் பௌத்தர்களுக்குப் பலன் தரும் என்று இங்கே குறிப்பிடலாம்.

சீனமும் வியட்நாமும் இரண்டுமே ஒருவகையில் பௌத்தத்தின் அடித்தளத்தில் இருக்கின்ற நாடுகள்தான். இவ்விரு நாடுகளும் அரசியல் கட்டமைப்பில் பொதுவுடமை ஏற்று இருக்கின்றன. சீனத்தில் மாசேதுங்கும் வியட்நாமில் ஹோ சி மின்னும் மகத்தான பணிகளைச் செய்து புதிய தேசத்தை உருவாக்கி உள்ளனர். அங்கே பௌத்தமும் மார்க்சியமும் முரண்பாடாக உள்ளனவா எவ்வாறு உலக அரங்கில் அவர்கள் உயர்ந்து உள்ளனர் என்பதை இந்தியக் களத்தில் உணர்ந்து வேலை செய்ய வேண்டிய களம் இது.

பண்டிதர் அயோத்திதாசரையும் கவிஞர் தமிழ்ஒளியையும் ஒப்பிட்டு ஆராய்கின்ற சூழலில் இப்படி உலகளாவிய கண்ணோட்டத்துடன் நம்மை பொருத்தி வளர்த்தெடுப்பது தேவையான ஒன்று.

3. இந்தியச் சாதியக் கட்டுமான சூழலில் இதைக் களைந்து புதிய சமுதாய கட்டமைப்பை மேற்கொள்வதற்கான வழிமுறைகளைப் பண்டிதர் அயோத்தி தாசரும் தமிழ்ஒளியும் எவ்வாறு காட்டுகின்றனர்?

1. பண்டிதர் அயோத்திதாசர் பௌத்தம் ஏற்றார். ஏன் பௌத்தம் ஏற்றார் என்றால் இந்துச் சாதிய சமூகம் ஏற்றத்தாழ்வுடன் இருக்கின்ற காரணத்தினால் அவர் பௌத்தம் ஏற்றார். பௌத்தம் ஏற்றதால் அவர் புதியதொரு வாழ்க்கை முறைக்குள் வருகிறார். அதே வகையில் இந்தியாவில் உள்ள ஒடுக்கப்பட்ட சமுதாய மக்கள் பூர்வீக பௌத்தர்களாக இருந்த காரணத்தினால் அனைவரும் அந்தப் புதிய வாழ்வியல் வரவேண்டும். அப்படி வரும்பொழுது அவர்கள் அறிவாலும் பொருளாலும் சிந்தனை முறைகளாலும் மாற்றம் பெற்று மெல்ல மெல்ல தங்களுக்கான சமூக, அரசியல் கட்டமைப்புகளை உருவாக்கிக் கொண்டு மேலெழுந்து வருவார்கள் என்பது அயோத்திதாச பண்டிதர் அவர்களின் திடமான நம்பிக்கை. இது அவர் கொண்ட நம்பிக்கையின், மேற்கொண்ட வாழ்வியலின் ஒரு பகுதி. அடுத்த பகுதி இந்தியச் சமூகக் கட்டமைப்பில் உள்ள அனைவருமே சாதியை விடுத்து புத்தரின் அறிவு நெறிகளை, அன்பு நெறிகளை மேற்கொண்டு ஒழுகி சுதேச சீர்திருத்தம் கண்டு பல்வேறு மனமாசுகளாக உள்ள பொறாமை, கயமை உள்ளிட்ட எண்ணங்களான முட்களை, கற்களை எல்லாம் எடுத்துப் போட்டு வித்தை புத்தி மிகுத்து சர்வ உயிர்களையும் தம் உயிர் போல் எண்ணி வாழும் ஒரு உன்னத வாழ்க்கை நிலைக்குத் தேசத்தை அழைத்துக் கொண்டு செல்ல வேண்டும்

என்பதுதான் பண்டிதர் அயோத்திதாசரின் தேசிய, உலகளாவிய பார்வையாகும். இத்தகு கண்ணோட்டத்தில் இருந்தே அவர் சமயம் அரசியல் சமுதாயம் பொருளாதாரம் விவசாயம் மருத்துவம் உள்ளிட்ட அனைத்துத் துறைகளிலும் அவர் ஆழமாகச் சிந்தித்து எழுதினார்; செயல்பட்டார்; கட்டமைப்புகளை உருவாக்கினார்.

இத்தகு சிந்தனைப் போக்கில் இருந்து அவர் சாதியக் கட்டமைப்புகளை விமர்சித்தார், இந்துமத இலக்கியங்களை விமர்சித்தார். இந்திய நாட்டில் வளர்த்தெடுக்கப்பட வேண்டிய புத்தரின் சிந்தனைகளைப் போதனைகளைப் புதியதாக எழுதினார். ஏற்கனவே உள்ள இங்கே உள்ள வாழ்வியல் கூறுகளை அலசி ஆராய்ந்தார். இவ்வகையில் பண்டிதர் அயோத்திதாசர் மிக முக்கியமான நவீனகால முன்னோடியாக விளங்குகிறார்.

கவிஞர் தமிழ்ஒளியும் பல்வேறு வகையில் முன்னோடியாக விளங்குகிறார். மே தினத்தை முதன் முதலாகப் பாடியது என்பது மட்டுமன்றி தமிழ் மார்க்சிய சிந்தனை மரபுகளில் இங்கே உள்ள பண்பாட்டுக் கூறுகளை நன்கு உள்வாங்கிக்கொண்டு புரிந்துகொண்டு சாதியக் கட்டுமானம் தகர்க்கப்படாமல், வர்க்கச் சிந்தனைகள் வளர்ந்து விட இயலாது என்பதை உணர்ந்து சாதியக் கட்டுமானத்தைத் தகர்ப்பதற்கான இலக்கியங்களை அவர் எழுதினார் என்பது மற்ற அவர் கால மார்க்சியர்களிலிருந்து கவிஞர் தமிழ்ஒளி தனித்துத் தெரிவதற்கும் அவர் கொண்டாடப்படுவதற்கு முன்னோக்கி நிறுத்தப்படவேண்டும் என்பதற்கும் காரணங்களாக உள்ளன.

தனிக் கவிதைகளிலிருந்து காவியங்கள் வரையில் தமிழ்ஒளி தீட்டிய அனைத்துமே மிகுந்த புரட்சிகரமான அரசியல் தெளிவும் சமூகவியல் தெளிவும் கொண்டவை. "ஊரை எழுப்பிட வே— துயர் ஒன்றை நொறுக்கி டவே தாரை முழக்கிடுவேன்— தமிழ்ச் சாதிவெறி திடவே" என்பது அவர் முழக்கமாகும்.

"நெடுந்தூரம் நான் நடந்தேன் வீதி வெறுக்கவில்லை நெடுந்தூரம் நான் நடந்தேன் வெள்ளி முளைக்கவில்லை..

போகும் வழி தூரம் என்று புத்தி உணர்ந்தாலும் போகும்வழி எனது போக்குக்கு இசைந்தவழி" என்பது அவரது இலட்சியப் பயணமாக இருந்தது. மாசேதுங் அவர்கள் மூலம் மிக நீண்ட பயணம் ஒன்று சீனாவில் நடத்தப்பட்டது அனைவரும் அறிந்தது. அண்ணல் அம்பேத்கர் உள்ளிட்ட இந்தியத் தலைவர்கள் பல்வேறு நீண்ட போராட்டங்களை நடத்தி உள்ளனர். விடுதலைக்கான நீண்ட பயணம் என்று நெல்சன் மண்டேலா தனது வாழ்க்கை வரலாற்றுக்குப் பெயர் வைத்திருந்தார். இவ்வாறெல்லாம் சொல்லக்கூடிய நீண்ட பயணமாகத் தனது வாழ்க்கை இருந்தாலும் தனது லட்சியத்தில் தயங்காமல் தமிழ்மொழி பல்வேறு இலக்கிய வகைகளைக்

82 | கவிஞர் தமிழ்ஒளியின் கவிதைகளில் பௌத்தத் தாக்கம்

கையாண்டு அவர் முன்னே சென்று கொண்டே இருந்தார். தமிழ்மொழியில் பல்வேறு இலக்கிய வகைகளை வெற்றிகரமாக கையாண்ட தமிழ்ஒளியைப் போல் கையாண்ட வேறு கவிஞர் இல்லை என்று கூறும் வண்ணம் நாடகம், சிறுகதை, காவியம், தனிக் கவிதை இசைப் பாடல்கள் என்று அனைத்திலும் அவர் முத்திரைப் பதித்தார்.

பண்டிதர் அயோத்திதாசரும் கவிஞர் தமிழ்ஒளியின் இணைகின்ற களங்கலாக சாதியக் கட்டமைப்பை மாற்ற வேண்டும் என்பது

எண்ணிப் பார்க்கத்தக்கது.

இன்றைக்கும் இந்தியாவில் சுரண்டல் இருக்க வேண்டும் ஏற்றத்தாழ்வு இருக்க வேண்டும் என்பவர்கள் சாதியக் கட்டமைப்பை இறுக்கிப் பிடித்துக்கொண்டு இருப்பதிலிருந்து சுரண்டலும் சாதியக் கட்டமைப்பும் பின்னிப் பிணைந்தவை என்றும் சமத்துவச் சமுதாயம் உருவாவதற்கு சாதியம் தகர்க்கப்பட வேண்டும் என்பதும் எளிமையாகப் புரிந்து கொள்ள இயலும்.

4. பண்டிதர் அயோத்திதாசரும் தமிழ்ஒளியும் ஒன்றுபட்டு நிற்கின்ற பௌத்தச்சிந்தனைகள் என்னென்ன?

1. சாதி பேதமற்ற தமிழ்ச் சமூகம், இந்தியச் சமூகம் உருவாக வேண்டும் என்பது பண்டித அயோத்திதாசரின் கண்ணோட்டம்.

முனைவர் க. ஜெயபாலன்

இதற்காக அவர் புத்தரின் வரலாற்றைப் “பூர்வத் தமிழ்ஒளியாம் புத்தரது ஆதிவேதம்” என்ற தலைப்பில் எழுதிக் காட்டினார். கவிஞர் தமிழ்ஒளி அவர்களும் கோசலைக் குமரி, புத்தர் பிறந்தார், மாதவி காவியம் உள்ளிட்ட காவியங்களில் பௌத்தக் கதைக்களங்களைக் கையாண்டார். மேலும் மார்க்சியத்தையும் பௌத்தத்தையும் நன்கு கற்றறிந்த ராகுல சாங்கிருத்தியாயன் உள்ளிட்ட அறிஞர்களின் சிந்தனையில் அவர் ஆழமாக ஈடுபாடு கொண்டார். அவர் கோசலை குமரி என்ற குறும் காவியத்தை ராகுல சாங்கிருத்தியாயன் எழுதிய “வால்காவிலிருந்து கங்கை வரை” என்ற புகழ்பெற்ற புதினத்தில் இருந்த ஒரு கதையை எடுத்து விரிவாக்கி தமிழ் மண்ணுக்கேற்ப அதைத் தந்தார்.

2. பௌத்தத்தைத் தமிழ் மண்ணின் சமயமாகவே பண்டிதர் அயோத்திதாசர் தமிழ் மொழிப்பின்புறத்திலிருந்து கட்டி எழுப்பினார். அதே வகையில்தான் கவிஞர் தமிழ்ஒளி மார்க்சிய பின்புலத்தில் இருந்தாலும் தமிழ் மொழி பின்புலத்திலிருந்து ஆழமான கட்டுரைகளைத் தமிழ்ப் பண்பாடு சிலப்பதிகாரம், தொல்காப்பியம், தமிழ் நாடகம் எனப் பல்வேறு தமிழ்ப் பண்பாட்டு மொழி எனப் பின்புலங்களில் இருந்து தனது கட்டுரைகளைச் சிந்தனைகளை ஆழமாக எழுதியுள்ளார். மாசேதுங் மொழியில் கூற வேண்டுமென்றால் நாங்கள் எந்த அளவுக்கு மார்க்சியர்களோ அந்த அளவுக்கு சீனர்கள் என்று அவர் கூறியதைப் போலவே நாங்கள் எந்த அளவுக்குப் பவுத்தர்களோ அந்த அளவுக்குத் தமிழர்கள் என்று பண்டிதர் அயோத்திதாசர் முழங்கினார். அதே வகையில்தான் அதே அணுகுமுறையில்தான் தமிழ்ஒளியும் நின்றார் என்பது குறிப்பிடத்தக்கது.

3. இந்தியாவின், தமிழ் மண்ணின் பூர்வீக கலைப்படைப்புகளை இங்கே இருக்கின்ற மரபார்ந்த கலைச் செல்வங்களைத் தூசுதட்டி அவைகளில் தேவையானவற்றைத் தனக்கு ஏற்ற வகையில் பயன்படுத்திக் கொள்ள வேண்டும் என்பதில் பண்டிதர் அயோத்திதாசர் கவிஞர் தமிழ்ஒளி இருவரும் சரியாகச் செயல்பட்டுள்ளனர். இந்த வகையில் இன்னும் ஒப்பிட வேண்டியவை உள்ளன.

4. சகோதர இயக்கங்களுடன் பேணப்பட வேண்டிய அணுகுமுறை

பண்டிதர் அயோத்திதாசரையும் கவிஞர் தமிழ்ஒளியையும் ஒப்பிட்டுக் காணுகின்ற அதே நேரத்தில் இந்தியச் சூழலில், தமிழ்ச் சூழலில் மார்க்சியம், தலித்தியம், திராவிடம், பெண்ணியம், தமிழ்த் தேசியம் உள்ளிட்ட சிந்தனைகள்யாவும் விடுதலைக்கான சிந்தனைகள் என்ற உணர்வுடன் ஒன்றிணைந்து பயணிக்க வேண்டிய தூரம் செல்ல வேண்டிய இலட்சிய பயணங்களும் நிறைய உள்ளன. சிறுசிறு வேறுபாடுகளைப் பெரிதுபடுத்தாமல் ஒற்றுமைக் கூறுகளை வளர்த்தெடுக்க வேண்டியது மிக அவசியமாகும்

இந்தியாவின் சாதியக் கட்டமைப்பு என்பது மாபெரும் சுரண்டல் வடிவத்தின் உச்சமாகும். அதைத் தகர்த்தெரிவது என்பது அதில் நெகிழ்வுகளை உருவாக்க வேண்டும் என்றால் மொழி அடிப்படையில் இன அடிப்படையில் வர்க்க அடிப்படையில் மத அடிப்படையில் பல்வேறு களங்களில் செய்யப்பட வேண்டிய மாபெரும் வேலையாகும். அப்படி செய்யப்படும் போதுதான் அது ஒட்டுமொத்த மாற்றமாக

விளையும். அதற்கான செயல் திட்டங்களையும் ஒற்றுமை களங்களையும் உருவாக்குவது இப்படிப்பட்ட அறிஞர்களை ஒப்பிட்டுப் பயில்வதன் மூலமாகவும் பல செய்திகளைப் பெறலாம்.

சான்றுக்கு மார்க்சிய சிந்தனையாளர்கள் பல செய்திகளைப் பண்டிதர் அயோத்திதாசரில் இருந்து எடுக்க முடியும். இந்தியாவின் விவசாய சீர்கேட்டிற்கு மனுதர்மம் காரணம் என்று விரிவாக எழுதுகிறார். நீர் வளம், நில வளம் மற்றும் பல்வேறு இயற்கை வளங்கள் எல்லாம் சுரண்டடப்பட்ட தற்கு இங்கே பிறர் நலம் பற்றிக் காணாமல் இருக்கின்ற தன்னலத்தை ஊக்குவிக்கின்ற சாதிய கட்டமைப்பு மிக முக்கியமானது என்று சமுதாய கண்ணோட்டத்தில் அவர் எழுதுவது ஆழமாக சிந்திக்கத்தக்க ஒன்றாகும். தன்னலத்தை உருவாக்குவதன் மூலமாகத்தான் இந்தக் கட்டமைப்புகள் இருக்கின்றன. இந்தத் தளத்தின் மீதுதான் தனி உடமை என்ற மாபெரும் கட்டமைப்பு உருவாகி இருக்கிறது என்பதும் பொதுவுடைமையாளர்கள் அறியாததல்ல. இவ்வகையில் பொதுவுடமைக் கவிஞரான தமிழ்ஒளி யிடம் இருந்தும் பல கூறுகளைத் திராவிட இயக்கம் பெண்ணிய இயக்கம், பௌத்த இயக்கம் என்று பல இயக்கங்களும் பல செய்திகளைப் பெறமுடியும்.

சென்னையில் பிறந்து வளர்ந்து பல்வேறு நுட்பங்களைக் கற்று கோவை, குன்னூர் உள்ளிட்ட பகுதிகளில் இருந்து பர்மா வரை சென்று பல அனுபவங்களைப் பெற்றுப் பின்னர் சென்னையில் சுதேசி அறிஞர்களோடும் கர்னல் ஆல்காட், பிளவாட்ஸ்கி, அன்னிபெசன்ட், மேரி பாஸ்டர் உள்ளிட்ட

அயல் நாட்டு அறிஞர்களோடும் தொடர்பு கொண்டு இலங்கை வரை சென்று பௌத்தம் ஏற்று சாக்கிய பௌத்தச் சங்கத்தை நிறுவி தமிழன் என்ற பத்திரிக்கையை நடத்தி ஒடுக்கப்பட்ட பூர்வீக குடிமக்கள் எல்லா அரசியல் உரிமைகளையும் சமுதாய உரிமைகளைப் பெறுவதற்கான பல்வேறு வேலைகளைச் செய்து சமய பண்பாட்டுத் தளங்களில் பல்வேறு மறுமலர்ச்சி பணிகளை ஆற்றிய பண்டிதர் அயோத்திதாசரின் வரலாறு மிகவும் விரிவான புரட்சிகரமான அனுபவம் நிறைந்த வரலாறு ஆகும்.

அதே வகையில் கவிஞர் தமிழ்ஒளி அவர்களும் 1924 இல் பிறந்து 1965 இல் காலமானாலும் மிகக் குறுகிய வாழ்க்கைக் காலத்திலும் பல்வேறு அறிஞர்கள், கவிஞர்கள், சிந்தனையாளர்கள், பத்திரிகையாளர்கள், இயக்கத் தோழர்கள் எனப் பல களங்களிலும் தொடர்புகளைக் கொண்டு பல்வேறு இலக்கிய வடிவங்களிலும் அற்புதமான படைப்புகளை உருவாக்கி தனக்கென ஒரு தனியான முத்திரையைப் பதித்துச் சென்றவர் கவிஞர் தமிழ்ஒளி.

ஒரு கவிஞன் தத்துவவாதியாக இருக்க வேண்டும் தீர்க்கதரிசியாக இருக்க வேண்டும் (poet must be a proph— et) என்ற கூற்றுக்கு இணங்க அவருடைய கவிதைகள் ஆழ்ந்த தத்துவம் நிறைந்தவையாகும். தீர்க்கதரிசனம் உடையவையாக இருக்கின்றன. யாத்திரை, வழிப்பயணம், பட்டமரம் உள்ளிட்ட

பற்பல கவிதைகள் இந்த மனிதகுல வாழ்க்கையில் பின்னிப் பிணைந்து நிற்கும் தீராத சோகத்தைப் புத்தரின் மொழியில் சொல்லவ வேண்டுமென்றால் "துக்கா"வை உணர்த்துகின்றன. ஆனால் அது ஒரு பகுதி மட்டுமே மாபெரும் செயலாற்றல் ஆற்றலுடன் எழுந்து தடைகள் யாவையும் கடந்து செல்ல வேண்டிய வழியை அவர் கவிதைகள் உணர்த்துகின்றன. ஒவ்வொரு நாட்டிலும் நடந்த பல்வேறு மறுமலர்ச்சிகளையும் அவர் சிறப்பாக எழுதுகின்றார். நெய்வேலி நிலக்கரி பற்றியும் கவிதை எழுதியுள்ளார். "ஆற்றல் உடையவர்கள் ஆதிதிராவிடராம்" என்றும் அவர் எழுதி இருப்பது அனைவரும் அறிந்ததே. தமிழர் எழுச்சிக்கும் திராவிட இன மறுமலர்ச்சிக்கும் உழைப்பாளர் ஒற்றுமைக்கும் அவர் ஒரு போராளியாக அவர் எழுத்துக்களை வாளாய்ச் சுழற்றினார். நீ எந்தப்பக்கம் என்றும் நீதியின் பக்கமா? அநீதியின் பக்கமா? என்றும் அவர் சாட்டையடி கொடுப்பதைப் போல் கவிதைகள் புனைந்துள்ளார்.

"தோள் கணக்குது சுமை கணக்குது தொல்லை வழிப்பயணம் — இது தொல்லை வழிப்பயணம்" என்று எழுதிய அதே கவிஞர்

"புத்தர் நடந்த திசையிலே அருள் பொங்கி வழிந்த திசையிலே — சித்தம் மகிழ்ந்து நடந்திட ஒரு தெய்வம் மனிதன் வருகின்றான்" என்று நம்பிக்கையை விதைக்கின்றார்.

பண்டிதர் அயோத்திதாசர் எழுத்துக்களிலும் கவிஞர் தமிழ்ஒளியின் எழுத்துக்களிலும் ஆழமான நம்பிக்கை ஒரு கலங்கரை விளக்கம் போல் காணப்படுகிறது.

சமுதாய மறுமலர்ச்சியை உருவாக்க எண்ணும் சான்றோர்கள் மனிதர்களுக்கு நம்பிக்கை ஊட்டி புது திசையைக் காட்ட வேண்டும் என்று ரானடே, காந்தி, ஜின்னா உரையில் பாபாசாகேப் அம்பேத்கர் அவர்கள் மிகத் துலக்கமாகக் காட்டுகின்றார். அவ்வகையில் எத்தனைச் சிக்கல்கள் சீரழிவுகள் இருந்தாலும் அதனையும் தாண்டி எல்லாம் கடந்து போகும் எல்லாம் மாற்றத்திற்கு உரியவை என்று உணர்ந்து புதிய திசையை உருவாக்கக்கூடிய மன ஆற்றலை உருவாக்க கூடிய மகத்தான சிந்தனையை இந்த இரண்டு மனிதர்களும் தங்கள் படைப்புகளில் பொதிந்துள்ளன. அதில் சிலவற்றை இந்த ஆய்வுக்கட்டுரையில் பார்த்துள்ளோம். இன்னும் விரிவாக ஆய்வுச் செய்யும் இடம் இருக்கிறது.

<u>**துணைநூல் பட்டியல்**</u>

1. பண்டிதர் அயோத்திதாசரின் நூல்கள்
2. பண்டிதர் அயோத்திதாசரைப்பற்றிய ஆய்வு நூல்கள்
3. கவிஞர் தமிழ்ஒளியின் நூல்கள் — ஐயா செ.து. சஞ்சீவி மற்றும் வேறு சில பதிப்பகங்கள் வெளியிட்ட நூல்களும்
4. கவிஞர் தமிழ்ஒளியைப்பற்றிய ஆய்வு நூல்கள், கட்டுரைகள்.
5. பாபாசாகேப் அம்பேத்கர் படைப்புகள்.
6. மா— சே— துங் எழுத்துக்கள்.

(இரண்டு ஆண்டுகளுக்கு முன்னர் கொரோனா நோய் தொற்று காலத்தில் இணைய வழியில் அயோத்திதாசர் அம்பேத்கர் வாசக வட்டம் சார்பில் ஒருங்கிணைக்கப்பட்ட நிகழ்ச்சியில் ஆற்றிய விரிவான உரை இது. பின்னர் இதை ஒரு கட்டுரையாக எழுதிடத் தூண்டியவர்கள் கவிஞர் வெண்ணிலவன் கொற்றவை, பௌத்தச் செயல்பாட்டாளர் முத்துபிரதீபன்சாக்கியா உள்ளிட்ட அனைத்து தோழர்களுக்கும் மிக்க நன்றியும் வணக்கமும்)

8. கவிஞர் தமிழ்ஒளியின் கவிதைகளில் என்னைக் கவர்ந்த சில பகுதிகள்

"**ஊ**ரை எழுப்பிடவே — துயர்
ஒன்றை நொறுக்கிடவே
தாரை முழக்கிடுவேன் — தமிழ்ச்
சாதி விழித்திடவே"

என்றும்

"மண்ணில் பிறந்தவன் நான் — அதன்
மார்பில் தழைத்தவன் நான்
எண்ணித் துணிந்துவிட்டேன் — இனி
எங்கும் பறந்து செல்வேன்"

என்றும்

"தோள் கனக்குது சுமை கனக்குது
தொல்லை வழிப்பயணம்
கால் கனக்குது நடை கனக்குது
கைத்த வழிப்பயணம்"
என்றும்

"வெகு தூரம் நான் நடந்தேன்
வெள்ளி முளைக்கவில்லை
வெகுதூரம் நான் நடந்தேன்
வீதி வெளுக்கவில்லை
...
போகும் வழி தூரமென்று
புத்தி உணர்ந்தாலும்
போகும் வழி எனது
போக்குக்கு இசைந்த வழி"
என்றும்

"உழுபவனே நிலத்துக்குச் சொந்தக்காரன்
உழைப்பனே தேசத்தின் உரிமையாளன்"

என்றும்

பரிதியின் ஒளியாய், பன்மலர் மணமாய் பன்னூறு கவிதைகளை யாத்துள்ளார் கவிஞர் தமிழ்ஒளி. பற்பல காவியங்களும் கட்டுரைகளும் விரிவாக எழுதிய அவர் இன்றைக்கு மிகமிக தேவை.

கடந்த இருபது ஆண்டுகளாக கவிஞர் தமிழ்ஒளி பற்றி அறிஞர்களோடும் பெரியவர்களோடும் இயக்கவாதிகளோடும் கலைஞர்களோடும் விவாதித்தவைகளைப் பற்றிய விரிவாக எழுதலாம்.

நினைத்தாலே நெஞ்சை நெகிழச்செய்யும் அந்த நிறை கவிஞன் ஒரு சருகாய் விரைவில் மறைந்து போனார்; ஆனாலும் சரித்திரத்தில் வாழ்கிறார்.

(ஒரு பயணத்தினிடையே நினைவில் இருந்து கவிதைகளை சொல்லச்சொல்ல அச்சேற்றியவர் முனைவர் எ.பாவலன்)

முனைவர் க. ஜெயபாலன்

9. தமிழ்ஒளியின் கவிதைகளில் வெளிப்படும் சர்வதேச அரசியல்

"தமிழனே நான் உலகின் சொந்தக்காரன்
தனி முறையில் உனக்கு நான் புதிய சொத்து
அமிழ்தான பல கவிதை அளிக்க வந்தேன்
அவ்வகையில் உனை திருத்த ஓடி வந்தேன்"
(1948 நீ எந்த கட்சியில்? நூலிலிருந்து)

என்று கவிதை எழுதிய கவிஞர் தமிழ்ஒளி உலகளாவிய பார்வையும் உன்னத நோக்கமும் உயர்ந்த விரிந்த மனமும் கொண்ட பெரும் கவிஞராவார்.

இருபதாம் நூற்றாண்டு தமிழ் இலக்கிய உலகில் நவீனத் தமிழ்க் கவிதை வளர்ச்சியில் பெரும் பங்கு கொண்டு செயலாற்றிய முக்கியமான தமிழ்க் கவிஞர் தமிழ்ஒளி என்றால் மிகை இல்லை. பாரதியார், பாரதிதாசனுக்குப் பிறகு தடம் பதித்த தமிழ் கவிஞர்களில் தமிழ்ஒளி மிக முக்கியமான இடத்தைப் பெறுகின்றார். மேலும் பொதுவுடைமை இயக்கச் சிந்தனைகளைத் தமிழ் மண்ணில் ஆழமாக விதைத்த கவிஞர்களின் ஒருவராகவும் விளங்குகிறார்.

இக்கவிஞரின் படைப்புகள் பலதரப்பட்டவை. பல்வேறு இலக்கிய வகைகளையும் கையாண்டு பல்வேறு பொருண்மைகளையும் கையாண்டு பல படைப்புகளை அளித்துள்ளார்.

இவரின் படைப்புகளில் பரந்து விரிந்து இருக்கும் சர்வதேச அரசியல் போக்குள்ள சில கவிதைகளை இக்கட்டுரை விரித்து காட்டுகிறது

I. இருபதாம் நூற்றாண்டு: (ஆசியரின் பார்வையில்)

இருபதாம் நூற்றாண்டில் ஆசியக் கண்டம் முழுமையும் ஐரோப்பியரின் ஆளுகைக்குக் கீழே இருந்தது என்றால் மிகை இல்லை. பல்வேறு மொழிகள், பல்வேறு இனங்கள் பல்வேறு விதமான கலாச்சாரங்கள் என்று ஆசிய நாடுகள் பிரிந்திருந்த பொழுது ஆங்கிலம் என்ற மொழியின் மூலம் அவை யாவும் இணைக்கப்பட்டன என்பது இருபதாம் நூற்றாண்டில் ஆசிய நாடுகளுக்குள் நடைபெற்ற ஒரு பெரிய மறுமலர்ச்சியாகும். ஆங்கில மூலமாகவே ஆசிய நாடுகளும் மேற்குலக நாடுகளும் பின்னிப் பிணைந்து ஆசிய நாடுகளின் தனித்தன்மைகளை மேற்குலக நாடுகள் பெற்றுக் கொண்டன. அதாவது பண்பாட்டை கலாச்சாரத்தை மேற்குலக நாடுகள் 19 ஆம் நூற்றாண்டில் இருந்தே பெற தொடங்கிவிட்டன. அதே வகையில் ஐரோப்பிய நாடுகளின் அறிவியல் வளர்ச்சியையும் தனி மனித மானுட விடுதலை கோட்பாடுகளையும் தொழில்நுட்ப அடிப்படையிலான பல்வேறு வளர்ச்சிகளையும் ஆசிய நாடுகள் உள்வாங்கின.

இதனால் எல்லா ஆசிரிய நாடுகளிலும் பல்வேறு விதமான மறுமலர்ச்சி போக்குகளும் தேசிய விடுதலை சிந்தனைகளும் அச்சு ஊடக போக்குவரத்து வசதி இன்னும் பிற வளர்ச்சிகளினால் சமுதாய மறுமலர்ச்சியும் சமய மறுமலர்ச்சியும் பல்வேறு விடுதலை சிந்தனைகளும் கிளர்ந்து எழுந்தன

II. இருபதாம் நூற்றாண்டு இந்தியாவின் தேசிய, மொழி, இன வளர்ச்சியும் கருத்தியல் மறுமலர்ச்சிகளும்

இந்திய வரலாற்றில் இருபதாம் நூற்றாண்டு மாபெரும் மறுமலர்ச்சி நூற்றாண்டு என்றால் மிகை இல்லை. ஆசியக் கண்டத்தின் மாபெரும் நாடுகளான சீனா, ஜப்பான் உள்ளிட்ட நாடுகளிலும் இந்த நூற்றாண்டு மாபெரும் மறுமலர்ச்சி நூற்றாண்டாக அமைந்தது அவ்வாறாகவே இந்திய வரலாற்றிலும் 20 ஆம் நூற்றாண்டு மாபெரும் சமூக மறுமலர்ச்சி அரசியல் எழுச்சி பொருளாதார மறுமலர்ச்சியின் நூற்றாண்டாக அமைந்தது.

எனவே பல்வேறு தரப்பில் அறிஞர்கள், கவிஞர்கள், சிந்தனையாளர்கள் தலைவர்கள் இருபதாம் நூற்றாண்டில் இந்தியச் சமுதாயத்தை முன்னோக்கி இழுத்துச் சென்றனர். அவ்வகையில் பல்வேறு தலைவர்களின் வளர்ச்சிகள் அரசியல் இயக்கங்களைச் சமுதாய இயக்கங்களை உருவாக்கி சமுதாயத்தை முன்னே நகர்த்தினர். பல்வேறு கவிஞர்களின் பங்களிப்புகள் மாபெரும் மொழி, இலக்கிய வளர்ச்சிக்கு வித்திட்டன.

III. ரஷ்ய, சீன எழுச்சிகள்

இருபதாம் நூற்றாண்டில் ஆசிய கண்டங்களில் ஏற்பட்ட மாபெரும் வளர்ச்சியில் ரஷ்யாவின் எழுச்சியும் சீனாவின் அரசியல் எழுச்சியும் மிக முக்கியமானவையாக அமைந்தன என்றால் மிகை இல்லை. இதனுடைய பாதிப்பு இந்தியா உள்ளிட்ட வளரும் நாடுகளில் மாபெரும் தாக்கத்தை உருவாக்கின. பொதுவுடைமை இயக்கச் சிந்தனைப் போக்கு இந்தியாவில் முன்னோடி சிந்தனையாளர் மா. சிங்காரவேலர் காலம் தொடங்கி மிகப்பெரிய அளவில் வளர்ச்சியுற்றன.

1940, 50 களில் இருந்து பொதுவுடமை இயக்கத்தின் கருத்துக்களோடு பின்னிப்பிணைந்து இந்தியாவின் பல்வேறு மொழிகளிலும் பல கவிஞர்கள் உருவாகி சமுதாய, பொருளாதார விடுதலைப் போக்கினை முன்னெடுத்தனர். மாவீரர் லெனின் மாவீரர் ஸ்டாலின், மாவீரர் மா—சே—துங் ஆகிய பெயர்கள் இந்தியாவின் பல்வேறு இளைய தலைமுறையினராலும் ஏற்றுக்கொள்ளப்பட்டு இந்தியப் பெயர்களாகவே இந்தப் பெயர்கள் விளங்கின என்றால் மிகை இல்லை.

பல்வேறு பத்திரிகைகள், பல்வேறு சிறு சிறு பிரசுரங்கள் பல்வேறு பெரிய ஆய்வு நூல்கள் கல்விப் புலத்திலும் உருவாகி 20 ஆம் நூற்றாண்டில் பொதுவுடமை இயக்கச் சிந்தனைகளை வளர்த்தெடுத்தன

IV. கவிஞர் தமிழ்ஒளி பார்வையில் ரஷ்ய, சீன அரசியல் நிலைகள்

இருபதாம் நூற்றாண்டில் இந்தியாவும் தன்னை உலக அரங்கில் அரசியல் விடுதலையோடு சமுதாய விடுதலையையும் முன்னோக்கி நகர்த்தி மாபெரும் தலைவர்களாக விளங்கிய அண்ணல் அம்பேத்கர், அண்ணல் காந்தியார், பண்டித ஜவஹர்லால் நேரு, நேதாஜி சுபாஷ் சந்திரபோஸ் உள்ளிட்ட பல்வேறு தலைவர்களின் இடையராத பெரும் பணிகளினால் இந்தியச் சமுதாயத்தில் பல்வேறு மாற்றங்கள் உருவாகின. இத்தகு சூழலில் பொதுவுடமை வளர்ச்சி பெற்ற ரஷ்யாவையும் சீனாவையும் ஒரு முன்மாதிரியாக கொண்டு இந்திய மண்ணில் ஜாதிய பேதங்களை உடைத்து பொருளாதார சமத்துவத்தைக் கொண்டு வரும் கண்ணோட்டத்தில் பல்வேறு படைப்புகளைப்

பல தமிழ்க் கவிஞர்கள் உருவாக்கினர் அதில் தலையாய பெரும் பங்கை கவிஞர் தமிழ்ஒளி ஏற்றார் என்று அவரின் வாழ்க்கை வரலாறு காட்டுகிறது.

அவர் எழுதிய பல கவிதைகள் நேரடியாக ரஷ்ய நாட்டின் வளர்ச்சியையும் சீன நாட்டில் ஏற்பட்ட பல்வேறு பொதுவுடமை மறுமலர்ச்சிகளையும் உள்வாங்கி வெளிப்பட்டன.

IV. 1. சோவியத் யூனியனுக்கு இந்தியாவின் கடிதம்!

நேற்றுவரை இடர் என்ற கடல், இடை
நீண்டு கிடந்தது காண்!
நெஞ்சங்க ளாகியகப்பல்களில் இன்று
நேயம் படர்ந்தது காண்!
தோற்றுத் தொலைந்தஅடிமைத் தளைகளின்
தொல்லை அகன்றது காண்! — நம்
தோழமை என்கின்ற மாங்குயில் வாழ்த்தைத்
தொடர்ந்து புகன்றது காண்!
நட்பு வளர்ந்து போய்

"நாம் — இருவர்" எனும்
நற்புகழ் பெற்றது காண்—வரும் நாளில் உலகினர்
யாரும் மகிழ்ந்திட நல்லுற வுற்றது காண்!
ஆம், இருவர், இவர் சோவியத்— யூனியன்!
இந்தியா! என்ற நண்பர்!

அன்றும் இன்றும் இனி என்றும் இவர் நலன்
ஒன்' றென் றொலி கிளம்பும்! நம்சொல்லும் பிலாயில்
உருகும் இரும்புக்குச் 'சோவியத்' என்றுபெயர்—அதோ,
சோவியத் பெண்டிர்கள் சூடும் மலர்ப்பெயர்
இந்தியா' என்று சொல்வேன்!
அல்லும் பகலும்நம்
ஆசைக் கனவுகள்
யாண்டும் மலர்வன காண்!
ஆன்ற இவ்வைய
இருளை அகற்றிநம்
அன்பு புலர்வதுகாண்!
அன்பென்ற நல்ல
சரக்கை யுடையவர்
ஆனந்த மாகிய
நட்புற வென்கின்ற
ஆகிய வாணிகர் நாம்!—பேர் சந்தையை நாம் அடைந்தோம்!
வந்து நமை அணுகா!—"இதோ, வாழிய தோழமை!" என்று
பல்லாயிரம் வாய்கள் முழக்கமிடும்!
வம்பு, வழிப்பறி வட்டிக் கணக்குக்கள்

சோவியத் நாடு ஜூலை, 1965

IV.2. சீன அரசியல் நிலைகள் குறித்து கவிஞர் தமிழ்ஒளியின் கவிதைகள்

IV.2.1 சீனநாட்டிற்குப் பாரதத்தின் செய்தி

நல்லுறவே எல்லையாக நாம் தொடர்ந்து வாழ்ந்துவர எல்லையற்ற அன்பினால் இணைந்ததும் — நாம் பிணைந்ததும்,
புத்தனென்ற சோதி ஒன்று புன்னகைத்து நம்மிருவர் சித்த மிசை வீற்றிருந்த சேதியும் — நம் ஆதியும்,

மஞ்சள் நதி நீளலைகள் மாண்புமிக்க கங்கை தன்னை நெஞ்சினால் அணைத்துநின்ற நேயமும் — நம் தேயமும்,

சீர் நளந்தா என்றுரைக்கும் செம்மைசால் கலைக்கழகம் ஆர்வமாய் நமைப்பிணைத்த காலமும் — நம் சீலமும்,

பண்புயர்ந்த கோட்டினீசைப் பாரதம் அனுப்பி வைக்க நண்புயர்ந்த சீனம் ஏற்றுக் கொண்டதும் — நாம் கண்டதும்

குன்றுகள் குகைகளில் நம் கொள்கைசேர் சுடர்க்கொழுந்து நின்றெரிந்த நீள்விளக்கம் ஆனதும் — இருள் போனதும்,

அந்நியக் கொடுவிலங்கை ஆசியா முறித்தெறிந்து நெந்நிறக் கொடியெடுத்த சீர்த்தியும் — உன் கீர்த்தியும்,
நம் இதயத் துள்எழுந்த நாதமாய் எதிரொலிக்க வெம்மனப் பகைவர்நெஞ்சு வேகவே — அவர் சாகவே,

செத்து விழும் பேய்க்கழுகு சீறிநம் இணைக்கரத்தைக் குத்துகின்ற போதும்நாம் குலைவுறோம்—உளம் மலைவுறோம்!

நச்சரவு போற்பகைஞன் நட்புறவு தான்கெடுக்க சச்சரவு மூட்டினான் தகைக்கவே—நாம் பகைக்கவே!
ஒன்றிணையும் நம்உளத்தை ஊழியே எதிர்த்த போதும்
வென்றிணையும் என்றசொல் விரிந்ததே — கண்
தெரிந்ததே!
நாசியை அடுத்து நின்ற நல்விழிகள் 'நாம்—இருவர்' ஆசியா எனும் முகத்தில் மின்னுவோம்— புகழ் மன் னு வோம்!

—'ஜனசக்தி" *17.9.59*

IV. 2.2. திசையதிர நடக்கிறன சீனத்து செஞ்சேனை

ஓ' என் றார்ப்பரித்தே எழுந்ததுபார் ஊழிப்போர்!
உலக மெங்கும்.
ஆ ஆ'என் றதிசயிக்க ஆசியத்தாய் மனங்குளிர
அடிமைக் கோட்டைக் காவலர்கள் தலைமீதில் சாவரக்கன்
அடிவைத்துக் களக்கூத் தாட.
கோவேந்தர் குலம்நடுங்க குடிமக்கள் கொதித்தெழுந்தார் சீன
நாட்டில்
நல்லோர்க்குச் சாவோலை அனுப்பினான்; கொலைஞர்க்கு
நண்ப ரானான்;
இல்லாத கொடுமைகளைச் சிருஷ்டித்து
மகிழ்வுற்றான்; இவ்வா றாங்கே
பொல்லாங்கே அரசாகிப்
புரட்டுகளே சட்டமாய்ப்
புகுந்த போதில் வல்லவர்கள்
செஞ்சேனை கண்வைக்க'சியாங்'
வெறியன் நடுங்கி வீழ்ந்தான்!
சீனத்து மாந்தர்களின்
சதைபிளந்து மிருகமென
அவர்கள் ரத்தம்
நேசித்துக் குடித்திட்ட நிர்மூடர்,
வானிடிந்து நிலம் வீழ்ந் தாற் போல்
ஓசைபட, 'படபடெனச்' சரிந்திட்டார்;

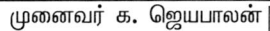

செஞ்சேனை யுத்தத் தின்முன்
ஈசலென மடிந்திட்டார்; அமெரிக்க மணற்கோட்டை இடிந்த தாங்கே!
மஞ்சூரி தலை நகரம் மக்கள்படை வசமாகி
'சியாங்—கே—ஷேக்'கின்
நெஞ்சத்தில் நெருப்பேற்ற நீள்சீன மதிற்சுவர்கள்
நிமிர்ந்து பார்த்து.
'அஞ்சாத வீரர்களே வருக' எனக்
கைகாட்டி
அழைப்புக் கூற
செஞ்சேனை வெற்றியொடும்
திசையதிர நடக்கின்ற செய்தி
கேளீர்!
செஞ்சேனை அடைகின்ற
வெற்றியெலாம் இன்றைக்குச்
செகத்தி லுள்ள
வஞ்சகர்க்கு மரணபயம்; வையத்தின் புதுமுரசம்;
தொழிலா ளர்தம்
நெஞ்சத்தின் ஆசைஒளி; நிலமங்கை நெஞ்சினிக்கும் வாகை மாலை! நஞ்சுதலைப் பாம்பரக்கர் மடிகின்றார்! சத்தியுகம்
எழுக நன்றே!

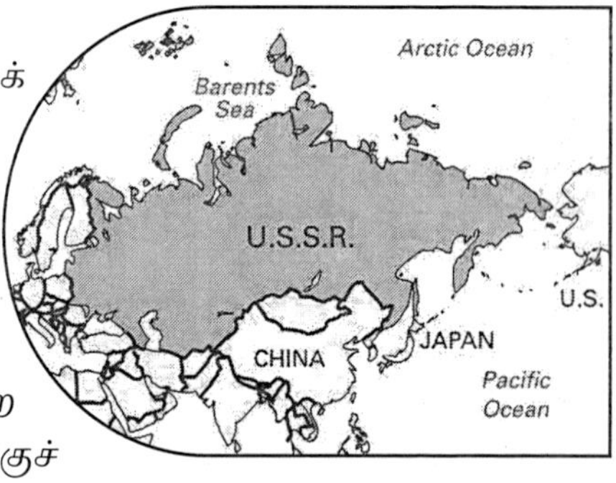

— முன்னணி 1948

மாவீரர் மாசேதுங் த்லைமையில் சீன நாட்டில் நடைபெற்று வந்த செஞ்சேனைப் பயணம் பற்றிய கவிதை.

IV. 2.3. வெற்றி முழக்கம்

வேளை வந்தது வேளை — வெற்றி மேவும் நமது தோளை!
ஊளை யிட்ட நரிகள் — பல ஊர் திருடிய எலிகள்,
வாளைப் போன்ற நமது கை வன்மை கண்டு நடுங்கும்
வேளை வந்தது வேளை — வெற்றி மேவும் நமது தோளை
மன்னர் முடிகள் உடையும் — ஏழை
மனிதர் முடிகள் உயரும்! இன்னல் பட்டு நாளும் — பசி

எய்தி உழைத்த தோழர்
சொன்ன படியே நடக்கும் — புது
சுதந்திரங்கள் பிறக்கும்! முன்னேறுவோம் இவ்வேளை — வெற்றி
முத்த மிடும்நம் தோளை!

— முன்னணி' 1948

சீனநாட்டில் செஞ்சேனையின் வெற்றி முழுமையுற்ற நிலையில் எழுதப்பட்டது.

IV. 2.4. நான்கிங்' எல்லையில்

என்ற தலைப்பிலான கவிதையில் பின்வருமாறு கூறுகிறார்:

"சீனம் கிடுகிடென்றாடுது — புதுச்
செய்தியை வையகம் கேட்குது
போன யுகத்துப் பழமைகள் — பொடு பொட்டென வீழ்ந்து
நொறுங்குது! வானம் இடித்த இடியென — புயல் சிந்தை
நடுங்கமுன் னேறுது!

வாரி அடிக்கும் கடல் என சீனம் அதிர செஞ்சேனையும் —
பகைச்
'டாலர்' மதிப்பு மண்ணாகுது — பணச் சந்தை அமெரிக்கச்
செல்வர்கள்
ஓல மிடுங்குரல் கேட்குது — தலை ஓடு பிதுங்க விழிக்கிறார்!
காலம் இவ்வாறு முடிந்ததே — எனக் காதகன் 'சியாங்'கும்
அழுகிறான்!
கோல மனைவி,தன் கூந்தலில் — எரி கொள்ளும் கனவுகள்
காண்கிறாள்!
ஊன்உடல் போற்றிய 'உத்தமன்' — மக்கள்
உள்ளம் உடைந்து மடிகையில் நான்கிங் தலைநகர் தன்னிலே
—அந்த
தேன்மது வுண்டு சிரித்தவன் — அவன் 'சியாங்'கெனும்

பேர்கொண்ட ராட்சசன்!
நாகத்தைப் பற்றி உயிருடன் கூன்மு
தலாளியை ஏத்திடும்—கொலை
கூண்டில் நிறுத்திடப் போகிறார்!
சீனம் நமக்கொரு நம்பிக்கை — அதன்
செஞ்சேனை வெற்றிக ளால், புது
ஞானம் பிறக்குது மண்ணிலே — இந்த
ஞானத்தை அன்று விதைத்தது! வானர
சாகிய சோவியத் — அது
வாழ்த்தி மகிழுது தாயென!
ஈனர்கள் ஓட்டம் பிடிக்கிறார் —
நான்கிங் எல்லை பரிசுத்தம் ஆகுது!

மா சே துங்

இந்திய ஏழை துளிர்க்கிறான் — அவன் எண்ணத்தில் சீனம் சுவர்க்கமாய்
வந்து கனவுகள் வீசுது — புது வன்மையைத் தேகத்தில் ஊட்டுது!
சிந்தையில் ஊக்கம் அளிக்குது — 'அறம்
செய்க இவ் வாறென் றியம்புது! நொந்தவர் தோளும் உயருது — பலம்
நூறுநூ றாயிரம் ஆகுது!
யுகங்கள் பிரிவினி இல்லை காண் — தர்மம்
ஒன்று புதுயுகம் ஆகுமே!
நகமும் சதையும்போல் மானிடர் — எந்த
நாட்டினர். தீவினர் ஆயினும்
சகத்தினில் ஒற்றைக் குடும்பமாய் —உயர்
சாந்தம் நிலவிட வாழ்ந்திடும்
புகழுறு தர்மம் வருகுது — நகை பூத்த முகத்துடன் சீனத்தில்!

எங்கும் அதன்ஒளி வீசிடும் — இனி

ஏது தடைகள், அடிமைகள்? சங்கம் எடுத்து முழக்குவோம் — நாம்

தாளங்கள் கொட்டியே ஆடுவோம்! செங்க மலஒளி மேவிடும் — செஞ்

மங்கள வாழ்த்துகள் பாடுவோம் —
அறம் வாழ்க எனக்களி கூறுவோம்

சீன விழாவைக் கொண்டாடுவோம்.
'முன்னணி' 1948

சீன நாட்டில், செஞ்சேனையின் வெற்றியைத் தொடர்ந்து, மக்கள் தலைவர் மாவீரர் மாசே துங் தலைமையில் அமைந்த மக்களாட்சியை வரவேற்று கவிஞர் படைத்துள்ள வாழ்த்துக் கவிதை இது.

V. மே தினம் தோழர் சிங்காரவேலரும் கவிஞர் தமிழ்ஒளியும்

மே தினத்தின் வரலாறு அதைத் தமிழ்நாட்டில் இந்தியாவில் முதன் முதல் கொண்டாடிய தலைவர் மா. சிங்காரவேலர் என்பதும் தமிழிலே அதை முதன் முதலாக மே தினமே வருக என்று மகத்தான கவிதையாக கவிஞர் தமிழ்ஒளி எழுதினார் என்பதும் அனைவரும் அறிந்த வரலாறு. அவ்வகையில் கவிஞர் தமிழ்ஒளியின் சர்வதேசப் பார்வைக்குச் சர்வதேச அரசியலுக்கு மிகப்பெரிய சான்றாக இந்தக் கவிதை விளங்குகிறது.

> "கோழிக்கு முன்னெடழுந்து கொத்தடிமை போல் உழைத்துப்
> பாடுபட்ட ஏழை முகம் பார்த்துப் பதைபதைத்து
> கண்ணீர் துடைதக்க வந்த காலமே நீ வருக!
> மண்ணை இரும்பை மரத்தைப் பொருளாக்கி
> விண்ணில் மழை இறக்கி மேதினிக்கு நீர்பாய்ச்சி
> வாழ்க்கைப் பயிரிட்டு வாழ்ந்த தொழிலாளி
> கையில் விலங்கிட்டுக் காலமெல்லாம் கொள்ளை இட்ட
> பொய்யர் குலம் நடுங்கப் பொங்கி வந்த மே தினமே"

— முன்னணி மே 1949

(பக்கம் 19, கவிஞர் தமிழ்ஒளியின் மக்கள் கவிதைகள் தொகுப்பு :செ.து. சஞ்சீவி, புகழ்ப் புத்தகாலயம், 1987.)

VI. அறிவியல் கண்டுபிடிப்புகள், மானுடசாதனைகளைப் பற்றிய தமிழ்ஒளியின் பார்வை

அறிவியல் கண்டுபிடிப்புகள் பற்றியும் பல்வேறு சாதனைகளைப் பற்றியும் சிறப்பான பல கவிதைகளை எழுதியுள்ளார். நெய்வேலி நிலக்கரி பற்றியும் அருமையான கவிதை எழுதியவர் கவிஞர் தமிழ்ஒளி என்பது பலரும் அறிய வேண்டிய செய்தியாகும்.

"நிலவைப் பிடித்து விட்டார்— அதன் நெற்றியில் வெற்றிக்
கொடியை நட்டார் உலகே விழித்திடுவாய் திறன்
உன் கையில் இருக்கையில் ஏன் அழுவாய்?"

என்று "நிலவைப் பிடித்தார்" என்ற கவிதையில் 1959 ஆம் ஆண்டு சோவியத் ரஷ்யா, ஸ்புட்னிக் என்ற விண்கலத்தை வானில் செலுத்தியதைப் பற்றி எழுதுகிறார். இக்கவிதை "ஜன சக்தி" ஏட்டில் வெளிவந்துள்ளது.

"அந்தரத்தில் மேடை அமைத்தார் அங்கே அனுப்பிய
மின்விசையால் செய்தி அறிவார்"

என்று 1959 இலேயே ஜனசக்தி ஏட்டில் சோவியத் விஞ்ஞானிகள் சந்திரனில் செய்த ஆய்வினைப் பற்றிக் கவிதை எழுதியுள்ளார் என்பது எண்ணிப் பார்க்கத்தக்கது. இணையத்தால் இன்றைக்கு உலகம் முழுவதும் இணைந்து நிற்கின்ற இன்றைய சூழலில் கவிஞர் தமிழ்ஒளியின் கவிதை எவ்வளவு பொருத்தமாக இருக்கிறது என்பதை எண்ணிப் பார்க்க வேண்டும்.

VII. பிற நாடுகள் பற்றிய செய்திகள்

நவம்பர் புரட்சிக்கு நல்வாழ்த்துகள் என்ற நீண்ட பெரிய கவிதையில் சோவியத் நாட்டின் பல்வேறு சிறப்புகளை மிக விரிவாக எழுதுகிறார். இவ்வாறு பல்வேறு கவிதைகளில் அயல்நாட்டுச் செய்திகள் பலவற்றைக் கவிஞர் கூர்ந்து கவனித்து எழுதியுள்ளார் என்பதற்குச் சான்றுப் பகிருகின்றன.

VIII. போர்கள், சர்வாதிகாரம் இல்லாத உலகம்

கவிஞர் வாழ்ந்த காலம் இரண்டாம் உலகப்போர் என்ற மாபெரும் போர் நிகழ்ந்த காலம் என்று கூறினால் மிகை இல்லை மற்றும் பல்வேறு விதமான போர்களினாலும் பஞ்சங்களினாலும் மக்கள் வாழ்க்கை இடையூறு கண்டதையும் அவர் பாடியுள்ளார். அதனால் அவர் போரில்லாத சமாதானம் வேண்டுகின்ற உணர்வைப் பல்வேறு கவிதைகளில் காட்டுகிறார். இங்கு ஒரு கவிதையைக் காண்போம்:

சமாதானக் குரல்

காடு கழனி விளைவதற்கும் களையை இன்று களைவதற்கும்
நாடுவாழத் திட்டம்போடும் நாளிலே—போர் நம்மைத்தள்ள
வைக்கும் கொலை வாளிலே

யந்திரங்கள் சூழ்வதற்கும்
ஆகாயமேல் வாழ்வதற்கும்
சந்திரனை நாம்பிடிக்கும் போதிலே — போர் தலையெடுக்க
லாமோமண் மீதிலே?

பிள்ளை, குட்டி வாழ்வதற்கும் பேதம்யாவும் வீழ்வதற்கும்
கொள்ளைப்போரை நாம்தடுக்க வேண்டுமே — 'கிரெம்ளின்'
கோபுரத்தில் ஓர்விளக்கந் தூண்டுமே!

நெற்க ளோடு கோதுமையும் நீண்டு நீண்டு வெண்புறாவைப்
பொற்கையால் அணைந்து மகிழ்ந்தாடுமே —போர்ப்
பூண்டறுக்க வேண்டும்என்று பாடுமே!

அணுபிளந்து வையகத்தை
அற்புதமாய்ச் செய்வதற்குக் கணகணென்று முரசதிர்ந்த காட்சிபார் — போர்க்
கழுகிறந்து வீழ்ந்தநல்ல வீழ்ச்சிபார்!

— ஜனசக்தி, 1959

இவ்வாறு அவரது கவிதைகளில் சமாதான குரல் சமத்துவக் குரல் எங்கும் ஒலிக்கின்றது.

கவிஞர் தமிழ்ஒளியின் கவிதைகளில் மார்க்சியம் என்ற அரசியல் தத்துவம் எந்த அளவுக்கு விரிவாக உள்ளதோ அதே அளவுக்கு அவரின் கவிதைகளில் ஆழ்ந்த தமிழ்ப்பண்பும் பௌத்தச்சார்பும் இருப்பதை யாரும் அவ்வளவு எளிதில் மறந்து விட முடியாது.

பகவன் புத்தர் தொடங்கி 20ஆம் நூற்றாண்டில் வாழ்ந்திருந்த பௌத்த அறிஞர்கள் பண்டிதர் அயோத்திதாசர் சிங்காரவேலர், ராகுல சாங்கிருத்தியாயன் எனப் பலரின் எழுத்துக்களை அவர் ஆழமாகப் படித்திருந்தார் என்பதற்கான சான்றுகள் அவரின் எழுத்துக்களில் விரிவாகப் பதிந்துள்ளன. இவை யாவும் அவரது உலகளாவிய பார்வைக்கு, சமத்துவ உலக நோக்குக்கு இன்னும் மெருகூட்டுகின்றன என்றால் மிகை இல்லை.

IX. உலகளாவிய பார்வை

ஓங்கலிடை வந்து உயர்ந்தோர் தொழ விளங்கி
ஏங்கொலி ஞாலத்து இருளகற்றும் ஆங்கவற்றுள்
மின்னேர் தனியாழி வெங்கதிரோன் ஏனையது
தன்னேர் இல்லாத தமிழ்!

(தண்டியலங்காரம் உரை)

இவ்வாறு தமிழ் இலக்கியத்தில் உலகை ஒளி கொடுத்து இருள் அகற்றும் பொருள்கள் இரண்டு ஒன்று சூரியன் இன்னொான்று தமிழ் என்று தமிழின் மாண்பினைப் பண்டைய அறிஞர்கள் பாடினர். “வையம் தகளியா வார்கடலே நெய்யாக வெய்ய கதிரோன் விளக்காக” என்றும் பக்திப் பாவலர்கள் அருந்தமிழ் இசைத்தனர்.

20 ஆம் நூற்றாண்டில் கவிஞர் தமிழ்ஒளி அதே வகையில் பாடுகின்றார். மொழிக்கு என்று இருப்பதை மக்கள் எழுச்சிக்காகப் பயன்படுத்துகின்றார்.

“திசை வடிந்த இருள் கீறி
திரை படிந்த கடலின் மேல் சிரித்த வண்ணம்,
இசை படிந்த கதிர் வந்தான் என வந்த தமிழ் மக்காள்!”

(போராடப் புறப்பட்டோம், தமிழ்ஒளி கவிதைகள் பக்கம் 227) என்று தமிழ் மக்களை சூரியனுக்கு நிகராக இருள் கிழித்து வந்த மக்களாகப் படம் பிடித்து காட்டுகின்றார் கவிஞர் தமிழ்ஒளி.

1947—ல் போர்வாள் என்னும் ஏட்டில்
ஏழையின் துன்பங்கள் மாய வில்லை— மத ஏடுகள் இன்னும் தீயவில்லை— பணப் பேழைகள் கையினில் ஆதிக்கமாம்— எனில்

பேசும் விடுதலை யாருக்கடா?"என்று எழுதிய கவிஞர் தமிழ்ஒளி தேசியப் பார்வையும் உலகளாவியப் பார்வையும் கொண்டவர். உலகளாவியப் பார்வை என்பது உலகத்தின் எல்லா நாடுகளைப் பற்றியும் கவிதையில் கதைகளில் குறிப்பது என்பது மட்டுமல்ல உலகம் முழுவதும் இருக்கும் மக்களின் நிலையை மனம் திறந்து பார்ப்பதாகும்.

கடவுளின் பெயரால் என்ற கவிதையில்,

"கும்பாபிஷேகம் எனச் சொல்வார் கோயில் குளம் எடுக்க மிகுந்த

தொகை செலவழிப்பர்
கும்பியிலே பசி நெருப்பு மூண்டெரிக்க குழந்தைகளும்
மனைவியரும் துடிக்க ஏழை
தெம்பின்றி விழுந்திடுவான் அவர்கள் முன்னே
செய்த வினை விதி என்றே சொல்லிவிட்டு
எம்பிரான் நாமத்தை ஜெபிப்பார் மூடர் என்ன இவர்
மனிதர்களாம் வாழுகின்றார்

எழுதுகின்ற பார்வை உலகம் முழுவதும் ஆன்மிகம் என்ற பெயரால் மக்களின் வாழ்க்கை எப்படி விளையாடப்படுகிறது என்பதைக் காட்டுகின்ற உன்னதப் பார்வையாகும்.
பெருமீன்கள் சிறுமீனை விழுங்குவது போலே
பெருநாடு சிறு நாட்டை அடக்குவதும் கண்டோம்
ஒரு பழியும் அறியாத சிறுநாட்டு மக்கள் உரிமையினைப்

பறிக்கின்ற பெருநாட்டில் வாழும்
பெரும்பான்மை மக்காள் நீர்
இச்செயலை ஒப்பி
பேசாமல் இருக்காது எதிர்த்திடுதல் வேண்டும்"
என்று பெருநாட்டில் அமெரிக்க முதலாளித்துவத்திற்கு எதிராக எழுந்த போராட்டத்தை வரவேற்று 1948 இல் "ஒளி" என்ற ஏட்டில் கவிஞர் தமிழ்ஒளி எழுதியுள்ளார்.

பாரதியார், வ.உ. சிதம்பரனார், காந்தி, பண்டித நேரு, பாவேந்தர் பாரதிதாசன், புதுமைப்பித்தன், கல்கி உள்ளிட்ட தலைவர்கள், தமிழக எழுத்தாளர்கள் மட்டுமின்றி செக் நாட்டு அறிஞர் கமில் சுவலபில் அவருக்கும் கூட வாழ்த்துக் கவிதையை எழுதி உள்ளார்.

முடிவுரை

ஆழ்ந்து அகன்ற படிப்பும் உலகளாவிய பார்வையும் எங்கும் நின்றுவிடாமல் பயணித்துக் கொண்டே இருந்த துடிப்பும் யாவற்றையும் சிறுகதைகளாக, கவிதைகளாக, குறும் காவியங்களாக, கட்டுரைகளாகத் தீட்டிய இலக்கிய வெடிப்பும் கவிஞர் தமிழ்ஒளியிடம் இயல்பாகவே இருந்த தன்மைகள் எனலாம். இதனால் அவரால் அவர் காலத்திய உலகளாவியப் பார்வைகளை

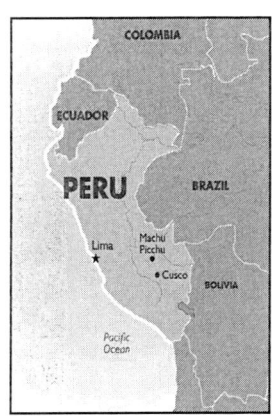

மிகச் சரியாக உள்வாங்கி படைப்புகளாக வெளியிட முடிந்தது. அதன் எச்சமாகவே அவருடைய கவிதை படைப்புகள் சிலவற்றை மேலே காணமுடிகிறது. இன்னும் பல படைப்புகளிலும் இவ்வாறு அவர் தனது உலகளாவிய பார்வையைச் சர்வதேச அரசியல் சூழல்களைக் காட்டி உள்ளார். இங்குச் சில கவிதைகளே காட்டப்பட்டுள்ளன.

துணை நூல் பட்டியல்

1. தமிழ்ஒளி கவிதைகள், பதிப்பு: செது. சஞ்சீவி, புகழ்ப் புத்தகாலயம், 1987, சென்னை.

2. கவிஞர் தமிழ்ஒளி காவியங்கள் தமிழ்ஒளி நூற்றாண்டுக் குழுவினர்

3. கவிஞர் தமிழ்ஒளியின் கவிதையும் வாழ்வும் செது. சஞ்சீவி

3. கவிஞர் தமிழ்ஒளி குறித்த சில, முனைவர் வெ. கனகசுந்தரம் அம்மையார் & பிறதிறனாய்வு நூல்கள்,

4. தலித் இலக்கியத்தின் தந்தை தமிழ்ஒளி — மு.பா. எழிலரசு (எழுச்சி மாத இதழ்களில் வெளிவந்த கட்டுரைத் தொடர் இன்னும் நூலாக்கம் பெறவில்லை)

கட்டுரைகள்

1 சில திறனாய்வுக் கட்டுரைகள்.
முனைவர் சி. பாலசுப்பிரமணியன்
சென்னைபல்கலைக்கழகம் வெளியீடு.

பிற கட்டுரைகள்

2. புத்தரும் தமிழ் கவிஞர்களும் — (க.ஜெயபாலன் பேராசிரியர் மு. தங்கராஜ் தொகுத்த அம்பேத்கரும் பௌத்தமும், என் சி பி ஹெச் வெளியீடு)

3. கவிஞர் தமிழ்ஒளியின் சாதி ஒழிப்புச் சிந்தனைகள் — க. ஜெயபாலன்
(யாதும் ஊரே நா. வை. சொக்கலிங்கம் அவர்கள் நடத்திய இதழ் செப்டம்பர் 2008)

பிற இலக்கிய கலை வடிவங்கள்

1. வீராயி நாடகம், ஆக்கம், கவிஞர் பிரளயன்

2. கவிஞர் தமிழ்ஒளியின் வீராயி உரை பேராசிரியர் சுப. வீரபாண்டியன்.

10. குழந்தை இலக்கியத்திற்குக் கவிஞர் தமிழ்ஒளியின் பங்களிப்பு

குழந்தைகளுக்கு எழுதுவது எளிமையானது அல்ல. பெரியவர்களுக்கு எழுதுவதை விட குழந்தைகளுக்கு எழுதுவதில் தெளிவும் வலிவும் ஒளியும் தேவை என்றால் மிகை இல்லை.

அந்த வகையில் தெளிவுடன் வலிவுடன் பொலிவுடன் பல்வேறு கருத்துக்களைக் குழந்தைகளுக்காக கவிஞர் தமிழ்ஒளி தமது படைப்புகளில் வழங்கி இருக்கிறார். அப்படைப்பு என்ற பரந்த களத்தில் இருந்து சிலர் கவிதைகளை இங்குச் சுட்டிக்காட்டுவோம்.

வட்டநிலா பார்க்க வா
வான நிலா பார்க்க வா
எட்ட எட்ட ஓடுகின்ற
இரவு நிலா பார்க்க வா!

மோக நிலா பார்க்க வா
முத்து நிலா பார்க்க வா
மேகமேகக் குதிரைஏறி
மின்னும் நிலா பார்க்க வா!

அந்தி நிலா பார்க்க வா
அழகு நிலா பார்க்க வா
முந்தி முந்தி நீரில் வந்து
மூழ்கும் நிலா பார்க்க வா!

(பக்கம்: 261, தமிழ்ஒளி கவிதைகள் மக்கள் பதிப்பு, தொகுப்பு செ.து. சஞ்சீவி, புகழ் புத்தகாலயம் சென்னை, 2018)

என்று எளிய நடையில் கவிதை வழங்கி உள்ள கவிஞர்

பல்வேறு பொருண்மைகளைக் குழந்தைகளுக்கு அறிமுகப்படுத்துகிறார். கடிகாரத்தைப் பற்றிப் பின்வருமாறு எழுதுகிறார்

எண்கள் எல்லாம் வட்டமாய்
இருப்ப தென்ன திட்டமாய்
கண்கள் காண நேரமே
காட்டும் கடி காரமே!

இரட்டை முட்கள் சுற்றியே
ஏற்படுத்தும் வெற்றியே!
விரட்டும் நம்மை நேரமே!
வேண்டும் கடி காரமே!

(பக்கம் 276 மேற்படி நூல்)

கல்வியைப் பற்றி மகாகவி பாரதி, பாவேந்தர் பாரதிதாசன் நடையிலேயே பின்வருமாறு அழகாகக் கூறுகிறார்:

(தாய், தன் மகளுக்குக் கூறுவது)

கல்வி நமக்குக் கண்ணாகும்
கல்லாதான் சொல் மண்ணாகும்
செல்வம் எல்லாம் நற்கல்வி!
சிந்திப்பாய் நீ என்செல்வி!

வீட்டுக் கேற்ற விளக்கம்மா
வேண்டும் கல்வி உனக்கம்மா!
பாட்டுக் கேற்ற பண்ணம்மா!
படிக்க வேண்டும் பெண்ணம்மா!

(பக்கம் 278 மேற்படி நூல்)

கல்வி என்பது கண்ணாடி
கடையில் இல்லாக் கண்ணாடி
அல்லும் பகலும் அதைப் பார்த்தால்
அகமும் முகமும் அழகாகும்.

என்று வருகின்ற அழகிய பாடல் புத்தர் தனது மகன் ராகுலனக்குக் கூறிய கருத்தின் சாரமாக வந்துள்ளது என்பதை ஏற்கனவே தமிழ்ஒளியின் கவிதைகளில் பௌத்தத் தாக்கம் என்ற கட்டுரையில் விரிவாகக் குறிப்பிட்டுள்ளோம்.

மலை மேல் இருந்து
மண் மேல் இறங்கி
வருகின்றாய் ஆறே!
அலை மேல் அலையாய்!
அடிக்கும் கடலை
அடைகின்றாய் ஆறே!

பயிர்கள் வளரத்
தண்ணீர் கொண்டு
பாய்ச்சுவாய் ஆறே!

உயிர்கள் வாழ
உதவி செய்தே
ஓடுவாய் ஆறே!

(பக்கம் 280 மேற்படி நூல்)

என்று ஆற்றுக்குக் கூறுகின்ற இந்தக் கவிதை ஆற்றின் தன்மையை மட்டும் அல்லாமல் ஆறு போல் வாழுகின்ற மாமனிதர்களையும் நினைவூட்டுகிறது. பிறருக்காக வாழும் பண்பினைக் குழந்தைகளுக்கு ஏற்படுத்துகிறது. அழகிய கவிதை இது.
பட்டணம் என்பது வேடிக்கை!
பார்ப்பார் பலபேர் வாடிக்கை!

கட்டணம் என்பது கிடையாது!
கண்பட்டாலும் உடையாது!
(பக்கம் 49 அந்தி நிலா பார்க்கவா, புகழ் புத்தகாலயம், 2015)

என்று சென்னைப் பட்டணம் பற்றித் தமிழ்ஒளி எழுதியுள்ளார். சென்னை எப்படி பல பேருக்கு வேடிக்கையாக இருக்கிறது என்பதை 1960களில் அவர் கூறுகிறார். ஆனால் இன்றைக்குச் சென்னைப் பட்டணம் எல்லாம் கட்டணம் என்று திரைப்பட பாடல் வருவதைப் போல் எல்லாம் இங்கு கட்டணமாக மாறி இருக்கிறது.

"அவ்வைப் பாட்டி மூதாட்டி
அவளே நமக்கு வழிகாட்டி
ஒவ்வொரு நாளும் அவள் சொல்லை
உற்று கேட்டால் இடர் இல்லை"

என்று ஔவையாரைப் பற்றி குழந்தைகளுக்கு அறிமுகப்படுத்துகிறார்.

பூ பூத்தது பார் பார் பூ பூத்தது பார் பார் என்று குழந்தைகளை பூக்கள் என்று எழுதுகிறார்.

பாட்டியும் எலியும் என்ற கவிமணியின் பாடலை நினைவூட்டும் வண்ணம் தமிழ்ஒளியின் கவிதையில் கூட எலிகளின் பாடல் ஒன்று உள்ளது.

அதன் இறுதி பகுதி 'கள்ளத்தனம் செய்வார் கட்டாயம் அழிவார் உள்ளத்திலே உண்மை உணர்ந்து நட தம்பி' என்று முடிக்கின்றார்.

நாயும் பூனையும் என்ற கவிதை "அவரவருக்குத்தான் செய்யும் அவ்வவ் வேலை எளிதாகும்" என்ற உண்மையை உணர்த்துகின்றது.

இரவும் பகலும் மாறிவரும்
இது போல் அம்மா நம் வாழ்க்கை

என்று அல்லியும் தாமரையும் மலர்கள் பேசிக் கொள்வதாக வருகின்ற காட்சிகள் மிக அரிய உயரிய கற்பனையாகும்; சிறந்த தத்துவமும் ஆகும்.

வனமலர்கள் என்ற தலைப்பில் குட்டிக் கதைகள் பலவற்றையும் கூட எழுதியுள்ளார். இவ்வாறு சிறுவர் இலக்கியத்திற்குத் தமிழ்ஒளியின் பங்களிப்பு குறிப்பிடத்தக்க அளவில் உள்ளது.

பெரியவர்களிடம் கதைகள் கேட்கும் காலம் மாறி குழந்தைகள் தொலைக்காட்சிகள் கணிப்பொறி இன்றைக்கு கைபேசிகள் என்று பல்வேறு மின்னணு சாதனங்களில் புதைந்து கிடக்கின்ற காலம் இது. இருப்பினும் என்றைக்கும் குழந்தைகளுக்கான அனுபவங்களை உயர்ந்த கதைகளைப் பாடல்களைப் பெரியோர்கள் வழங்க வேண்டும் இவ்வாறான இலக்கியங்களை வழங்குவதற்கு எழுதித்தந்த கவிஞர்கள் அறிஞர்கள் என்றும் பாராட்டுக்குரியவர்கள் அவ்வகையில் தமிழ்ஒளியின் பங்களிப்பும் சிறப்பாக உள்ளது.

ஔவையார் தொடங்கி அழ. வள்ளியப்பா வரையில் பல்வேறு படைப்பாளர்கள் குழந்தை இலக்கியத்தை வளர்த்துள்ளனர். தற்போதும் வளர்த்து வருகின்றனர் இனியும் வளர்த்து வருவார்கள்.

குழந்தைகளுக்கென்று எழுதப்படுகின்ற இலக்கியங்கள் குழந்தைகளுக்கு மட்டுமல்ல உடலளவில் மட்டுமே வளர்ந்து உள்ளத்தளவில் குழந்தையாகவே இருக்கின்ற பெரியவர்களுக்கும் என்று அனைவரும் உணர்ந்து கொள்ள வேண்டும்.

பின்னிணைப்பு —1

தமிழ்ஒளியின் கவிதைகளில் வெளிப்படும் அடிப்படை பௌத்தத் தத்துவங்கள்

பௌத்தத்தின் அடிப்படைகள் பற்றி புத்தகோசரும் நவீனக் காலத்தில் பேரறிஞர் அம்பேத்கரும் கூறுகின்ற கருத்துக்கள் பல உள்ளன.

தனிக்கவிதைகள் சில பிறவிப்பயணம், வாழ்க்கைப் பயணம் என விரியும் கவிதை இது.

1. யாத்திரை

வெகுதூரம் நடந்தேன்
வெள்ளிமுளைக்கவில்லை
வெகுதூரம் நான் நடந்தேன்
வீதி வெளுக்கவில்லை

போகும் வழிதூரமென்று என்று
புத்தி உணர்ந்தாலும்
போகும் வழி எனது
போக்குக் கிசைந்தவழி

வெள்ளி முளைத்துவிட்டு
வீதி விழித்தவுடன்
கள்ளிஅவளோடு
கைகோத்து நிற்பதற்கு

வெகுதூரம் நான் நடந்தேன்
வீசுகின்ற காற்றோடு

வெகுதூரம் நான் நடந்தேன்
வேறுவழி காணாமல்
போகும் வழிநெடுக
பூம்பாவை தன்னுருவம்
சாகும்வரை நடந்தால்
சங்கமித்தொன்றிடலாம்

தொலை காட்டும் கல் வரிசை
தூரம் வெகு தூரம்
கலைகாட்டும் நற்கவிதை
கன்னி இருக்கும் இடம்

கம்பன் நடந்து சென்று
கைகண்ட வெற்றிவழி
தெம்பு திராணியற்றோர்
தேய்ந்துமடிந்த வழி

போகும் தூரம் என்று
பூமிதனில் அஞ்சிடிலோ
சாகும் வரை நீந்துமிந்த
சமுத்திரமும் தூரம் அன்றோ

தூரம் என்று சொல்வதுதான்
சோம்பல் அற்ற நல்வாழ்வு
தூரம் இல்லை என்பதெல்லாம்
தூரத்துப் பச்சை அன்றோ

உழைக்காமல் யாது பயன்?
ஓய்ந்தார்க்கு வெற்றியுண்டோ?
அழைக்கின்றாள் கொல்லிமலை
ஆரணங்கு செல்லுகின்றேன்
ஓயாமல் இயங்குவதே வாழ்வு என்ற இயக்காற்றலைத் தரும் கவிதை.

(1950 சக்தி வெளியீடு உதவியவர் கு. அழகிரிசாமி) (பக்கம் 73— 75 தமிழ்ஒளி கவிதைகள் தொகுதி ஒன்று, புகழ்ப் புத்தகாலயம், 2011)

2. வழிப்பயணம் என்ற தமிழ்ஒளியின் கவிதை

தோள் கனக்குது சுமை கனக்குது
தொல்லை வழிப்பயணம்! - இது
தொல்லை வழிப்பயணம்!

நாள் கனக்குது நடை கனக்குது
நைந்த வழிப்பயணம்! - இது
நைந்த வழிப்பயணம்!

கால் கடுக்குது கை கடுக்குது
கைத்த வழிப்பயணம்! -இது
கைத்த வழிப்பயணம்!

மேல் கடுக்குது வெயில் முடுக்குது
வெற்று வழிப்பயணம்! -இது
சுற்று வழிப்பயணம்!

பள்ள மிருக்குது பாதை சறுக்குது
பார வழிப்பயணம்! - இது
பார வழிப்பயணம்!

உள்ள மிருக்குது துள்ளி நடந்திட
ஒற்றை வழிப்பயணம்! - இது
ஒற்றை வழிப்பயணம்!

தேகம் நடுங்குது வேகம் ஒடுங்குது
தேச வழிப்பயணம்! - இது
தேச வழிப்பயணம்!

காகம் இறங்குது கழுகு சுற்றுது
காட்டு வழிப்பயணம்! -இது
காட்டு வழிப்பயணம்!

நேரம் கிடக்குது தூரம் கிடக்குது
நீண்ட வழிப்பயணம்! - இது
நீண்ட வழிப்பயணம்!

பாரம் நெருக்குது பாதை சறுக்குது
கெட்ட வழிப்பயணம்! - இது
கெட்ட வழிப்பயணம்!

போது குறுகுது போதை பெருகுது
போகும் வழிப்பயம்! - உயிர்
போகும் வழிப்பயம்!

வாது பெருகுது வம்பு வருகுது
வாழ்க்கை வழிப்பயணம்! - இது
வாழ்க்கை வழிப்பயணம்!

புத்தரின் துக்கா, அனிச்சா (தொடர் மாற்றம்) காட்டும் கவிதை இது. விரிவான ஆய்வுக்குரியது.

3. பட்டமரம்

மொட்டைக் கிளையோடு
நின்று தினம்பெரு மூச்சு விடும்மரமே!
வெட்டப் படும்ஒரு
நாள் வரு மென்று விசனம் அடைந்தனையோ?
குந்த நிழல்தரக் கந்த மலர்தரக் கூரை விரித்தஇலை!
வெந்து கருகிட இந்த நிறம்வர வெம்பிக் குமைந்தனையோ?
கட்டை யெனும்பெயர் உற்றுக் கொடுந்துயர் பட்டுக்
கருகினையே!
பட்டை யெனும் உடை இற்றுக் கிழிந்தெழில் முற்றும்
இழந்தனையே!

காலம் எனும்புயல் சீறி எதிர்க்கக் கலங்கும் ஒருமனிதன்
ஓலமி டக்கரம்
நீட்டிய போல்இடர் எய்கி உமன்றனையே
பாடும் பறவைகள்
கூடி உனக்கொரு
பாடல் புனைந்ததுவும்
மூடு பனித்திரை
யூடு புவிக்கொரு
மோகங் கொடுத்ததுவும்
ஆடுங் கிளைமிசை
ஏறிச் சிறுவர்
குதிரை விடுத்ததுவும்
ஏடு தருங்கதை
யாக முடிந்தன!
இன்று வெறுங்கனவே!

4. தொலைநோக்கிகள் கவிதையும் உன்னில் புத்தரைக் காண் என்ற தத்துவமும்

தொலை நோக்கிகள்
பாரதப் பாட்டுகள் பாடிடுவார் — கம்பன்
பாநயம் போற்றிடக் கூடிடுவார்
நேரினில் வாழும் கவிஞர்களை — இவர்

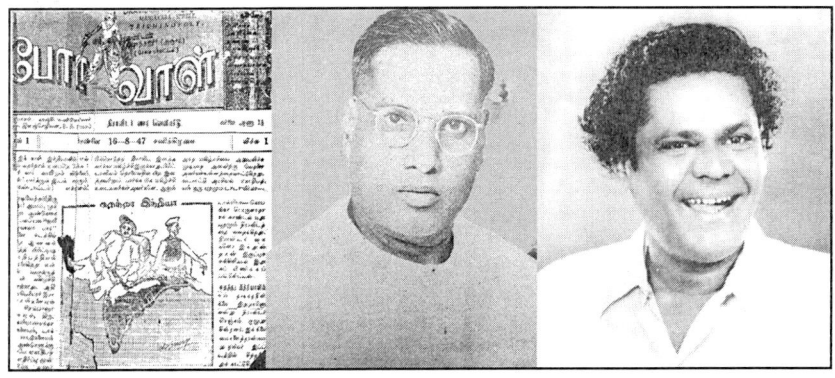

போர்வாள்
16—8—47

நேத்திரம் கொண்டுமே நோக்குகிலார்!

பாரதிப் பாடலைப் பாடுகிலார் — இவர்
பாரதி தாசனை நாடுகிலார்

சாரத் தமிழ்நயம் பேசிடுவார் — இந்தச்
சண்டிகள் நொண்டிக்கை வீசிடுவார்!
சிலப்பதி காரமென் றார்த்திடுவார் — எங்கள்
சேர னிளங்கோவென் றேத்திடுவார்
கலகலெ னக்கவி தானிசைக்கும் — இளங்
கவிஞரைக் காண மறுத்திடுவார்!

தொலைவி லிருந்தவர் நோக்குகிறார் — நாட்டில்
தோழமை கொள்ளட்டும் அக்கணமே
கலைகள் உயிருடைக் காவியங்கள் — தமைக்
காணுவர் தங்களின் கண்ணெதிரே!

— *போர்வாள்' 1948 உதவி:* தி.வ.மெய்கண்டார்.

5. கடவுளின் பெயரால் நடக்கும் அநீதிகளை கௌதம புத்தர் கண்டித்து விதமும் கவிஞர் தமிழ்ஒளியின் பாடலும்

கடவுளின் பேரால்
சிதம்பரத்தில் நடராஜர் ஆலயத்தில்
செம்பொன்னால் செய்திருக்கும் நந்தி யின்வால்
எதனாலோ ஒடிந்துவிட ஓடோ டிப்போய்
இரண்டேகால் கோடியினைச் செலவ ழிப்பார் முதலாளி
அழகப்பர் ஆனால் ஆலை
மூடியதால் கூழின்றி நோய்வாய்ப் பட்டுக் கதறுகிற
தொழிலாளர் தமக்குச் செல்லாக்
காசையுமே தருவதற்கும் ஒப்ப மாட்டார்! திருப்பதியி
லிருக்கின்ற கடவு ளுக்குச்
வரும்காய்ச்சல் எனப்பயந்து பக்தர்
கூட்டம்
சிலைமுடியில் பனிபட்டால் சளிபி
டித்து வைரமுடி தனைச்செய்து
மாட்டும்! அந்தோ தெருப்புழுதி
தனில் அவர்கள் வீட்டின்
முன்னே வாடுகிற மனிதர்களைத்
திரும்பிப் பாரார்!

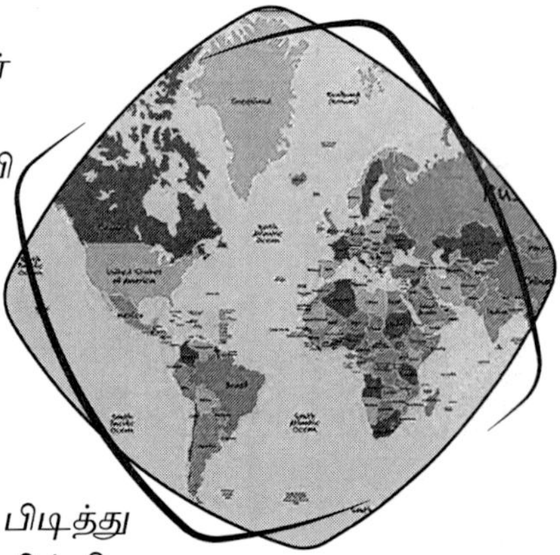

சிரங்கினின்று சீழொழுகச் சொரி பிடித்து
வருத்தமுற்றுக் குளிராலே ஆடை யின்றி
கும்பாபி ஷேகம்எனச் சொல்வார்: கோயில் குளமெடுக்க
மிகுந்ததொகை செலவ ழிப்பார்!
கும்பியிலே பசிநெருப்பு மூண்டெ ரிக்க குழந்தைகளும்
மனைவியரும் துடிக்க ஏழை 'செய்தவினை 'விதி' யென்றே
சொல்லி விட்டு
தெம்பின்றி விழுந்திடுவான் அவர்கள் முன்னே!

எம்பிரான் நாமத்தை ஜெபிப்பார் மூடர்
இன்னஇவர் மனிதர்களாம் வாழு கின்றார்!
இவ்வாறு செய்கின்ற இவர்க ளெல்லாம்

இருட்டுகிற நேரத்தில் ஏழைப் பெண்கள் செவ்வையுறு கற்பழித்துத் திரிவார்; மிக்க திண்டாடும் தொழிலாளர் தமக்கு நன்மை எவ்விதத்தும் செய்துதர ஒப்பார்; நாட்டில் இருக்கின்ற மடமையினால் கடவுள் பேரால் 'திவ்வியர்கள்' புண்ணியர்கள்' எனப்பேர் பெற்றுத் திரிகின்றார். திருடரிவர்! அறிந்து கொள்வீர்!

— போர்வாள், 1948. உதவி: தி.வ.மெய்கண்டார்.

6. ஒடுங்குதலும் தவறு ஒடுக்குதலும் தவறு

கவிஞர் தமிழ்ஒளியின் உலக உறவு தேசக் கொள்கை.

அடங்குதலும் பிறர்தம்மை அடக்குதலும் அற்ற அறமொன்றே விடுதலையின் உறவென்று கொள்வோம்! திடங்கொண்ட ஒருமனிதன் மெலிந்தோரைத் தாக்கித் தீரன்எனப் புகழ்பெறுதல் சிறுமையினுஞ் சிறுமை! கடமையெண்ணித் தாய்நாட்டை உயர்த்துகின்ற செயலால் காசினியிற் பிறருரிமை பறிப்பதுதான் அறமோ? அடல்கொள்நெப்போலியனும் ஹிட்லரும்இச் செயலால்
அழிந்துபழி யேற்றதனைப் புவியறிந்த தன்றோ?

(பெருநாட்டில் அமெரிக்க முதலாளித்துவத்திற்கு எதிராக எழுந்த போராட்டத்தை வரவேற்று 1948 இல் ஒளி என்ற பத்திரிக்கையில் கவிஞர் எழுதிய இந்த கவிதை கவி கா.மு.ஷெரிப் அவர்களின் உதவியினால் கிடைத்துள்ளது)

7. சுதந்திரம் பற்றிய கவிஞரின் பார்வை

சுதந்திரம் — உழைப்ப வர்க்கே!
சுதந்திரம் — எளிய வர்க்கே! மதத்திமிர்
— சாதிக் கூச்சல் மக்களில் உயர்வும்
தாழ்வும் மதர்த்தெழும் அடிமை வாழ்வு

மடிந்தபின் துன்ப முற்றுக் கதறிடும் குரல்எ ழுந்தால் கடும்புயல், புரட்சி வீசும்!

சுதந்திரம் — பல்லாண் டாகத் துயரிலே கிடந்த வர்க்கு!
சுதந்திரம் — சிறைக் கூடத்தில் தூக்கினில் மடிந்து மேலாம்
பதம்பெறும் தியாக வீரர் பரம்பரை தனக்கு — வெற்றுப்
பதவியும் பணமும் கொண்ட பதர்களுக் கல்ல சொன்னேன்!

(சென்னை வானொலியில் 1948 ஆகஸ்ட் சுதந்திர தின கவியரங்கில் அன்றைக்கு சென்னை மாகாண பிரதமர் ஓமந்தூர் இராமசாமி ரெட்டியார் முன்னிலையில் பன்மொழிப்புலவர் திரு.தெ.பொ. மீனாட்சி சுந்தரனார் தலைமையில் வாசித்த கவிதையில் ஒரு பகுதி)

8. உழுபவனே நிலத்துக்குச் சொந்தக்காரன் உழைப்பவனே தேசத்தின் உரிமையாளன்

உழைக்கும் பெரும்பான்மை மக்களின் வாழ்க்கைக் குறித்துக் கௌதம புத்தரும் கவிஞர் தமிழ்ஒளியும்

“நானும் உழவன்தான் நான் சிரத்தை என்னும் விதையை விதைக்கிறேன். அதன்மீது தவம் (முயற்சி) என்ற மழை பெய்கிறது. அறிவே என் கலப்பை பாவத்திற்கு நாணுவது கலப்பையின் பிடியாம். சித்தம் என்பது கயிறு நினைவு (விழிப்பு) என்பது கலப்பையின் கொழுவும் தாற்றுக்கோலுமாம். உடலையும் வாக்கையும் அடக்கி நான் வாழ்கிறேன். உணவில் திட்டம் வைத்துக்கொண்டு, வாய்மையினால்

(மனக்குற்றங்களைக்) களைகிறேன். மகிழ்ச்சியே எனக்கு விடுமுறை. உற்சாகமே என் எருது வருத்தமுறுவதற்கே இடமில்லாத திசையில் என் ஊர்தி செல்கிறது" என்றார் பெருமான்" (பக்கம் 160—161, பகவன் புத்தர் தம்மானந்த கோசாம்பி, தமிழில் கா. ஸ்ரீ. ஸ்ரீ, விடியல் பதிப்பகம், 2000)

உழுதுகொண்டிருந்தை பார்த்து வாஜனுக்கு பகவான் அருளிய இந்த உரை மிக முக்கியமானது. உலகில் அன்பும் கருணையும் ஞானமும் கொண்ட உழவு மிகவும் முக்கியம் என்பதை அவர் வலியுறுத்துகிறார். இவ்வகையில் அறத்தின் மீதான உழவு மற்றும் தொழிலின் அடிப்படைதான் அனைவருக்கும் நன்மை பயக்கும் என்பதை புத்தர் வலியுறுத்தினார். முதலாளித்துவம் உலகளவில் வளர்ந்து வரும் இன்றைய காலத்திலும் இதை இவை ஆழமாக செயல்படுத்தப்பட வேண்டும்.

9. சொல்லுக்கும் செயலுக்குமான வேறுபாட்டில் வாழும் மனித மனநிலை

புத்தர், திருவள்ளுவர் காலம் தொடங்கி கம்பன் வள்ளலார் காலம் வரை சொல்லுக்கும் செயலுக்கும் ஆன மனித வாழ்க்கையின் வேறுபாடுகளைச் சான்றோர்கள் கடிந்த விதம் இன்றைக்கும் அதிகார வர்க்கங்கள் மேற்கொள்ளுகின்ற நிலையும்)

அறம் வளரும் நாட்டினிலே சோறு கேட்டால்
அடி உதைகள்! அசோகரின் சாந்த மார்க்கம்
பறக்கிறது கொடியினிலே! ஏழை மக்கள்
பட்டினிக்கு அடக்குமுறை உணவு போலும்!

முனைவர் க. ஜெயபாலன்

சிறைபோன்ற அரசாங்கம் ஜன்னி கொண்டுச்
சிதைத்ததடா ஏழைகளின் குடிசை தன்னை
முறையின்றி அவர்தம்மைப் பிடித்து வந்த
முயல்போல அடைத்ததடா கோட்டத் திற்குள்!

(தூண்டி விட்டது யார் என்ற தலைப்பில் எழுதப்பட்ட கவிதை 1948 நீ எந்த கட்சியில் எந்த நூலில் இருந்து, கும்பகோணம் நகர சுத்தி தொழிலாளர்கள் கூலி உயர்வுப் பெற்று நடத்திய வேலை நிறுத்த போராட்டத்தின்போது எழுதப்பட்ட கவிதையின் சிறு பகுதி இது)

10. அதிகாரம் அல்ல அன்பும் கருணையுமே நீண்ட கால நிற்கும் கருவிகள் ஆகும்

(அஜாத சத்ருமன்னன் படையெடுக்க முயன்ற போது வஜ்ஜி மக்களின் வாழ்க்கையைப் பற்றி புத்தர் கூறி ஜனநாயகத்தின் வலிமையை வலியுறுத்திய தன்மையும் தவறாக இயங்குகின்ற அதிகாரத்தைக் கண்டித்த மக்கள் கவிஞர்களும்)

'துப்பாக்கிப் படைநாய்கள் இருக்கு தென்ற
துணிவாலே கொடுமைகளை இழைக்க வேண்டாம்
எப்போதும் ஆபத்து தெரிந்து கொள்வீர்!
ஏதேதோ அநியாய வழிகள் தம்மில்
தப்பாகப் பணமெல்லாம் செலவ ழித்து
டாம்பீகம் அடிக்கின்றீர்! தொழிலா ளர்கள்
உட்புக்கும் வகையின்றி வாடு கின்றார்

உபதேசஞ் செய்கின்றீர் அவர்க்கு நீங்கள்!
நடப்பதெல்லாம் நடக்கட்டும்! 'சரித்தி ரத்தை
நடைமுறையில் மாற்றுபவர் உழைப்போர்'
என்னும் திடமான உண்மையினை
அறிவ தற்குச் செல்லாது பலகாலம்!

சிறைக்கூ டங்கள் உடைபடவும், மணிமுடிகள்
உருண்டு வீழ்ந்தே உதைபடவும் புதைபடவும் செய்த
கூட்டம் படைக்கஞ்சி வாழுமென நினைத்தி டாதீர்

பட்டணத்து மந்திரிகாள் கெட்டி டாதீர்
தொழிலாளர் உரிமையினைத் தகர்ப்ப தற்கும்
சுதந்திரத்தை ஒற்றுமையை உடைப்ப தற்கும்

இழிவான செயல்செய்து கருங்கா விக்கு
எலும்பிட்டு நாய்போலே வேலை வாங்கி
அழிவுவழி நடந்துசெல எண்ணி டாதீர்

அலையலையாய் எழுகின்ற முழக்கம் கேட்பீர்!
"ஒழிக முதலாளி" எனப் புரட்சி வீரர்
உலகமெங்கும் பொங்கியெழும் காட்சி காணீர்

(பக்கம்: 69 கவிஞர் தமிழ்ஒளி கவிதைகள், மக்கள் பதிப்பு, தொகுப்பு செ.து. சஞ்சீவி, புகழ்ப் புத்தகாலயம், சென்னை, 2018)

பின்னிணைப்பு —2

தமிழ்த் திரையிசைப் பாடல்களில் பௌத்தம்

1931 இல் இருந்து இன்று(2017)வரை 87 ஆண்டுகளாகத் தமிழ்த்திரையிசைப் பாடல்கள் தமிழர்களுக்குக் காற்றில் கலந்து வரும் கீதமாய் செவிநுகர்கனிகளாக இருக்கின்றன. மதுர பாஸ்கரதாஸ், பாபநாசம் சிவன் காலம் தொடங்கி இன்றைய கபிலன், யுகபாரதி காலம் வரை திரையிசைப்பாடல்கள் தமிழர் வாழ்வின் பிரிக்க முடியாத கூறாக இருக்கின்றன.

எத்தனையோ அரசியல் சமூக மாற்றங்கள் உருவாக்கிய களங்களில் இப்பாடல்களும் முக்கிய ஓர் ஆயுதமாக விளங்கியுள்ளன. அகநானூறும் புறநானூறுமாக இன்றைக்குத் திரையிசைப் பாடல்களே விளங்குகின்றன என்றால் மிகையில்லை. வளரும் திரைப்பாடலாசிரியர்கள் பலரும் இங்கே இருக்கிறீர்கள். சினிமா என்ற ஓர் இரயில் எங்கும் நிற்காமல் ஓடிக்கொண்டே இருக்கிறது. அதில் எப்படியாவது ஏறிவிட வேண்டுமென்று போராடுகிறீர்கள். தான் ஏறிவிட்டதோடு நின்றுவிடாமல் உங்களையும் ஏற்றிவிட உழைத்துக் கொண்டிருக்கிற தமிழ்நாடு திரைப்பட பாடலாசிரிய சங்கப்பொறுப்பாளருக்கும் குறிப்பாக கவிஞர் தமிழமுதனுக்கும் மற்றும் இங்கே உள்ள கோட்டைக்

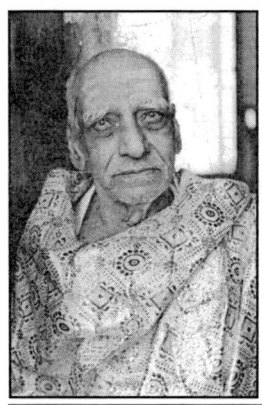  

கவிஞர் தமிழ்ஒளியின் கவிதைகளில் பௌத்தத் தாக்கம்

குமார், கவிஞர் இராமன், கவிஞர் துர்க்காதாஸ், கவிஞர் திராணிமணி, சீர்காழி சிற்பி, கவிஞர் சித்தார்த்தன், காங்கிரசு இயக்க ரகுராமன் மற்றும் இன்று நூல் வெளியிடவுள்ள கவிஞர்களுக்கும் எனது வாழ்த்துக்கள். தமிழ்த் திரைப்படங்களில் புத்தர் படங்களும் நேரிடையாக புத்தர் பற்றிய வார்த்தைகளும் இடம் பெற்றுள்ளதை நீங்கள் அறிவீர்கள். பௌத்தத்தில் மிக முக்கியமான பஞ்சசீலம், அஷ்டாங்க மார்க்கம் (எண்வழிப்பாதை), பத்து நிறைவுடைமைகள் மற்றும் துக்கா, அநிச்சா, அனத்தா பற்றியும் குறிப்பிடும்  சில பாடல்களை நான் தொட்டுக்காட்ட விரும்புகிறேன். புத்தரின் கருத்துக்களைப் பரப்புவது கவிஞர்களின் நோக்கமில்லை, கதைக்கேற்ப பாடல் புனைவதுதான் இவர்களின் நோக்கம் என்றாலும் அவர்களையும் அறியாமல் தமிழ் இலக்கியத்தின் மேன்மையான செய்திகளும் புத்தரின் மேன்மையான மொழிகளும் பாடல்களுக்குள் வந்திருக்கின்றன.

ஆரம்பகால பாடல்கள் 1931இல் இருந்து 1950கள் வரையில் இசை ஆதிக்க காலம் என்றாலும் உடுமலை நாராயணகவி எழுதி கலைவாணர் நாகர்கோயில் சுடலை முத்து கிருஷ்ணன் மூலமாக வெளிவந்த பல பாடல்கள் பகுத்தறிவு, அறிவியல் வளர்ச்சி, மனித நேயம், கல்வியின் அவசியம், சாதியொழிப்பு, சமத்துவம் எனப் பல கருத்துக்களை ஆழமாக விளக்கியுள்ளன.

1950களிலிருந்து ஏறத்தாழ 70கள் வரை திராவிட இயக்க காலம் என்று கூறலாம். இக்காலகட்டத்தில் திராவிட இயக்கங்கள் அரசியல் களத்தில் பேசிவந்த பலச் சொல்லாடல்களைக் குறிப்பாக திராவிட நாடு, தமிழ்மொழிப் பெருமை, தமிழ் இலக்கிய மாண்பு, சமத்துவச் சமுதாயம், சாதி மத எதிர்ப்பு, பெண்ணுரிமை, விதவை மறுமணம் எனப் பலவற்றிலும் புத்தரின் கருத்தையும்

சேர்த்துக் காண்பதை அனைவரும் அறிவீர்கள். திரைப் பாடலின் சில வரிகளை இங்குச் சுட்டிக்காட்டலாம். நடப்பவை யாவும் விதிப்படி என்றால் வேதனை எப்படித்தீரும் உடைப்பதை உடைத்து எடுப்பதை எடுத்தால் உலகம் உருப்படியாகும் என்ற பாவேந்தரின் உலகப்பன் பாட்டு, தளை அறு உள்ளிட்டப் பாடல்கள் இங்கே எதிரொலிப்பதை அறிவீர்கள். தஞ்சை இராமையாதாஸ், கண்ணதாசன், பட்டுக்கோட்டையார் தஞ்சை ராமையாதாஸ் எழுதி எம்.ஜி. ஆரும், என்.எஸ். கிருஷ்ணனும் பாடுவதாக வரும்,

உலகத்திலே பயங்கரமான ஆயுதம் எது? நிலை கெட்டுப்போன நயவஞ்சகரின் நாக்குதான் அது இந்த வரிகள் புத்தரின் உரையாடலில் இருந்து நேரடியாக எடுக்கப்பட்டது. இப்படி ஏராளமாக உள்ளன. மனமே அனைத்துக்கும் முன்னோடி (mind is a fore runner of all of the events)என்று தம்மபதத்தின் முதல் பாடலிலேயே புத்தர் கூறுகிறார். இதை அப்படியே உள்வாங்கிய தமிழிலக்கிய கவிஞர்களும் "மனமது செம்மையானால் மந்திரம் செபிக்க வேண்டாம்" என்று கூறியுள்ளனர். கண்ணதாசனும் ஆண்டவன் கட்டளை திரைப்படத்திற்காக எழுதிய பாடலில், ஒன்றே சொல்வார் நன்றே செய்வார்உள்ளத்தில் உள்ளது அமைதி இன்பத்தில் துன்பம் துன்பத்தில் இன்பம் இறைவன் வகுத்த நியதி என்று மிக அழகாக எழுதியிருப்பார். மேலும் வேறு ஒரு படத்தில், மாறுவதைப் புரிந்துக் கொண்டால் மயக்கம் தெளிந்து விடும் என்று எல்லாம் மாற்றத்திற்கு உரியன என்று புத்தர் கூறியதைப் பல இடங்களில் எழுதியிருக்கிறார். 'போனால் போகட்டும் போடா' என்ற புகழ் பெற்றப் பாடலில்,

‘வாழ்க்கை என்பது வியாபாரம் அதில் ஜனனம் என்பது வரவாகும் மரணம் என்பது செலவாகும்’. என்று மிக எளிமையாக எழுதியுள்ளார். உலகத்தில் பஞ்ச பூதங்களைத்தவிர மற்றவை எல்லாம் பஞ்ச பூதங்களின் சேர்க்கையே. தனித்து சாரமான பொருள் எதுவும் இல்லை, எல்லாம் ஒன்றை ஒன்று சார்ந்து உள்ளன. ஐன்ஸ்டீனின் சார்பியல் தத்துவம் போலவே புத்தரின் சார்பியல் தத்துவமும் (dependent origination) அழியாப் பேருண்மையாகும். 2000 ஆண்டுகளுக்கு முன்பேயே பன்னிரு சார்பு நிதானங்கள் என்று தமிழ்க்கவிஞர்கள் தமிழாக்கியுள்ளனர்.

கண்ணதாசனும், ‘கண்களின் தண்டனை காட்சி வழி, காட்சியின் தண்டனை காதல் வழி, காதலின் தண்டனை கடவுள் வழி கடவுளைத் தண்டிக்க என்ன வழி’ என்று தருக்க (log—ic) முறையோடு எழுதியிருப்பார். பட்டுக்கோட்டையும் குட்டியாடு தப்பி வந்தா குள்ள நரிக்குச் சொந்தம் குள்ள நரி தப்பி வந்தா குறவனுக்குச் சொந்தம் தட்டுக்கெட்ட மனிதர் கண்ணில் பட்டதெல்லாம் சொந்தம் சட்டப்படி பார்க்கப்போனால் எட்டடிதான் சொந்தம் என்று எழுதியிருப்பார்.

பிற்கால பாடலாசிரியர்கள் புலவர் புலமைப்பித்தன் நஞ்சையுண்டு புஞ்சையுண்டு எனத் தொடங்கும் பாடலில் இது நாடா இல்லை வெறும்காடா எனக் கேட்கிறார். அண்மையில் காலமான பௌத்தப் பேரறிஞர் கே.ஸ்ரீ. தம்மானந்தா பயம், கவலையின்றி வாழ்வது எப்படி? (How to live with out fear and worry?) என்ற நூலில் ”மிருகங்கள் காட்டில் பயமிருந்தாலும் கவலையின்றி வாழ்கின்றன. ஆனால் மனிதன் மனிதனைக்கண்டே அஞ்சி

அஞ்சி வாழ்கிறான்” என்கிறார். மேலும் பிக்கு போதிபாலா ”தேடிச்சென்று கொல்லும் ஒரே மிருகம் மனிதன்” என்று கூறுவார். திரைப்பாடலும் ”போலிகளும் காலிகளும் பொம்மலாட்டம் ஆடுகின்ற விந்தை சொன்னால் நிந்தை” என்று கூறுகிறது. ”மனித சாதியில் துயரம் யாவையும் மனத்தினால் வந்த நோயடா” என்றுமொரு பாடலில் காண்கிறோம். ‘நீர் நடக்கும் பாதை எங்கும் நஞ்சையானது, நாம் நடக்கும் பாதை எங்கும் பஞ்சம் போனது’ என்றும் ஒரு பாடல் மனித சமூகம் தன் சுயநலத்தினால் தனக்குத் தானே தீங்கிழைத்து வருவதைக் காட்டுகிறது. இவ்வாறு பல்வேறு பாடல்களை எடுத்துக் காட்ட முடியும். இன்றைக்கும் நம் சமகாலத்தில் மிக அற்புதமான சொல்நயம், தத்துவம், கற்பனைக் கொண்டு திரைப்பாடல்களைப் பல கவிஞர்களும் எழுதிவருகின்றனர். ”தீப்பந்தம் எடுத்துத் தீண்டாமைக் கொளுத்து” என்றும் இன்னும் பலபாடல்களிலும் சிறப்பாக பௌத்த, சமத்துவக் கருத்துக்களை எழுதிவருகின்றனர்.

நீங்கள் அனைவரும் சிறந்த பேரும் புகழும் எல்லா வளங்களும் பெற்று வாழவும் சிறந்த பாடல்களை எழுதி புகழ் பெறவும் வாழ்த்தி அமைகிறேன்.

(11.11.2017 அன்று தமிழ்த்திரைப் பாடலாசிரியர்கள் சங்கத்தில் ஆற்றிய நாற்பது நிமிட உரையின் சுருக்கம். இந்நிகழச்சியை ஏற்பாடு செய்த கவிஞர் தமிழமுதனுக்கும் இதை அச்சேற்றிய முனைவர் பெ. விஜயகுமாருக்கும் நன்றி.)

அம்மையார்
வெ.கனகசுந்தரம்

அம்மையார் வெ.கனகசுந்தரம் தொடங்கி இன்னும் இனிமேலும் கவிஞர் தமிழ்ஒளி பற்றி ஆராய்ச்சி செய்ய உள்ள அனைத்து ஆய்வாளர்களுக்கும் நன்றிகள்.

முனைவர் க.ஜெயபாலன்

66 வயதாகும் இளைஞர்
ஐயா **மணி** அவர்கள்

தமிழ்ஒளி குறித்துச் சில கட்டுரைகள் எழுதுவதற்கும் மேலும் கிடைத்தற்கரிய சில தமிழ்ஒளியின் நூல்கள், ஆராய்ச்சிகள் குறித்தும் அடிக்கடி நமக்கு வழங்கி ஒத்துழைப்பு நல்குகின்ற அவரது பணி மிகவும் பாராட்டிற்குரியது. பாபாசாகேப் அம்பேத்கர், தமிழ்ஒளி பௌத்தம் குறித்து ஆழ்ந்த சிந்தனை உடையவர். அவரது உதவிகளுக்கு மிக்க நன்றி.

முனைவர் க.ஜெயபாலன்

தமிழ்ஒளி பற்றிய சில ஆய்வுகளும் கட்டுரைகளும்
(கிடைத்துள்ளவை, நினைவில் உள்ளவை பகிரப்படுகின்றன)

01 கவிஞர் தமிழ்ஒளி வாழ்ந்த காலத்திலேயே அவரது படைப்புகளைப் பதிப்பித்தவர்கள், புத்தகங்களுக்கு மதிப்புரை எழுதியவர்கள் இன்னும் விமர்சனம் செய்தவர்கள்.

02 தனது வாழ்நாள் பணியாகத் தமிழ்ஒளியின் எழுத்துக்களைக் கண்டறிந்து அவரது நூல்களைத் தொடர்ந்து தனது புகழ் புத்தகாலயம் மூலமாக வெளியிட்டு வந்த பதிப்பாளர் செ.து. சஞ்சீவி அவர்கள்.

03 டாக்டர் மு. வரதராசன், டாக்டர் சி. பால சுப்ரமணியம் ஆகிய இருவரும் முறையே 1966 இலும் 1973 இலும் கவிஞர் தமிழ்ஒளிக்கு ஆய்வில் ஓர் அறிமுகத்தை வழங்கி உள்ளனர்.

04 மூத்த தலைவர் ஐயா ஆர். நல்லகண்ணு, கல்விப் புலத்தில் முதன்முதலாக ஆய்வு செய்த பேராசிரியை வெ. கனகசுந்தரம், ஆனந்தி, எழுத்தாளர் மு. பரமசிவம், பேராசிரியர் வீ. அரசு, சிகரம் செந்தில்நாதன், பதிப்பாளர் வெள்ளையாம்பட்டு சுந்தரம் எனப் பலர் உள்ளனர். இவர்கள் செய்துள்ள ஒவ்வொரு ஆய்வுகளும் மிக விரிவாக எடுத்துப் பேசத்தக்கவை.

05 1981 லேயே தமிழ்ஒளி இலக்கியப் பாசறை என்ற அமைப்பு நிறுவி தமிழ்ஒளி பற்றிப் பல கட்டுரைகளையும் கருத்தரங்குகளையும் நடத்திய மு.பா. எழிலரசு, எழுத்துப் பணிகளை வெளியிடக் காரணமாய் அமைந்த 'அறிவு வழி', 'எழுச்சி' மாத இதழ்கள்.

06 கவிஞர் சங்கை வேலவன் அவர்களின் பணிகள் பாராட்டுக்குரியவை. உடுமலை நாராயணகவி, தஞ்சை இராமையா தாஸ், கவிஞர் தமிழ்ஒளி, பாவலர் வரதராஜன் உள்ளிட்ட பலரைப் பற்றிப் பல்வேறு ஆய்வுகளைச் செய்து நூலாக வெளியிட்ட சங்கைவேலவன் அரும்பெரும் கவிஞரும் அறிஞரும் ஆவார்.

07 உதயை மு. வீரையன் அவர்கள் தொடர்ந்து தினமணியில் கட்டுரைகள் நம் சமகாலத்திலும் எழுதி வருபவர். மூத்த எழுத்தாளரான அவரும் தமிழ்ஒளி குறித்த கவிதைகளும் கட்டுரைகளும் எழுதி உள்ளார்.

08 தமிழ்ஒளியின் வீராயி காவியத்தை நாடகமாக உருவாக்கி தமிழ்நாட்டின் பல பகுதிகளில் நடத்திக் காட்டிய நாடகக் குழுவினர், தமிழ்நாடு முற்போக்கு எழுத்தாளர் சங்கம் மற்றும் பிரளயன், கி. பார்த்திபராஜா உள்ளிட்ட பல்வேறு நாடக அறிஞர்களின் பங்களிப்பும் மிக குறிப்பிடத்தக்கவை.

09 கவிஞரும் சிறந்த திறனாய்வாளருமான கே.ஜீவபாரதி அவர்கள் பட்டுக்கோட்டை கல்யாணசுந்தரம், பாவேந்தர் பாரதிதாசன், ப.ஜீவானந்தம் உள்ளிட்டோரின் படைப்புகளில் விரிவாக ஆய்வுச் செய்தவர் அவரும் தமிழ்ஒளி குறித்துப் பல முக்கியக் கட்டுரைகளை எழுதி உள்ளார்.

10 **செ.து.** சஞ்சீவி அவர்கள் வேண்டுகோளுக்கு இணங்கி அறிவுப்பல்கலைக்கழகம் என்று சொல்லத்தக்க கா. அப்பாதுரையார், மேனாள் சென்னைப் பல்கலைக்கழக துணைவேந்தர் பொற்கோ தொடங்கி திறனாய்வு அறிஞர் இராம. குருநாதன், வீ. அரசு உள்ளிட்ட பல்வேறு அறிஞர்கள் மிக விரிவான வாழ்த்துரைகளை கட்டுரைகளை வழங்கி உள்ளனர்.

11 **சி**கரம் செந்தில்நாதன், எழுத்தாளர் இரா.தெ. முத்து, கல்வியாளர் பிரின்ஸ் கஜேந்திர பாபு, ஐயா மணி உள்ளிட்ட தமிழ்ஒளி நூற்றாண்டு விழா குழுவினர் அனைவரும் இணைந்து "தமிழ்ஒளி காவியங்கள்" நூலை வெளியிட்டது தொடங்கி சென்னைப் பல்கலைக்கழகத்தில் பெருமைக்குரிய பேராசிரியர்கள் ஐயா கோ. பழனி, ஐயா ஆ. ஏகாம்பரம், பாரதி பாவேந்தர் இயலில் ஆழங்கால் தொட்ட ஐயா ய. மணிகண்டன் உள்ளிட்ட உதவியுடன் சர்வதேச கருத்தரங்குகள் நடத்தியதிலிருந்து இன்னும் பல்வேறு கருத்தரங்குகளைத் தொடர்ந்து நடத்தி உழைத்து வருகின்ற செயல்பாடு மிகவும் பாராட்டுக்குரியது. இச்செயல்பாடு தமிழ் அறிவுலகம் தமிழ் கல்வி உலகம் தமிழ்ஒளி என்னும் மகாகவிக்குச் செய்கின்ற உயர்ந்த நன்றி கடன் ஆகும்.

12 தமிழக அரசு தமிழ்ஒளியின் நூற்றாண்டை ஒட்டி தஞ்சைத் தமிழ்ப் பல்கலைக்கழகத்தில் தமிழ் ஒளியின் மார்பளவு சிலையும் கருத்தரங்குகள் நூல்கள் வெளியிடுவதற்கான 50 லட்சம் ரூபாய் அளவில் நிதி ஒதுக்கீடும் குறிப்பிட்டுச் சொல்லத்தக்கவை.

(முக்கியமான பங்களிப்புகளைத் தமிழ்ஒளிக்காக செய்து சில பெயர்கள், சில பணிகள் விடுபட்டு இருப்பின் அவை அறியாமல் விடுபட்டிருக்குமே தவிர வேறு எதுவும் காரணம் அல்ல. அறிந்தவர்கள் நினைவுபடுத்தினால் இணைக்கப்படும் மிக்க நன்றி. க. ஜெயபாலன்)

இந்நூலாசிரியரின்
(முனைவர் க.ஜெயபாலன்)
படைப்புகள்

நூல்கள்.

1. மண்வாசனை திரைக்கலையும் — 1999

2. பன்முகப் பார்வையில் பட்டுக்கோட்டை — 2000

3. சேக்கிழார் கவித்திறம் — 2002

4. மு.வ.வும் காண்டேகரும் — 2003

5. தமிழர் இலக்கியப் புரட்சி — 2003

6. திரைச்சிந்தனைகள் — 2006

7. விமர்சன வேள்வி — 2006

8. பாபாசாகேப் அம்பேத்கர் காட்டும் பௌத்தம் — 2007 — போதிசத்துவர் அம்பேத்கர் பௌத்த சங்கம் இந்த நூலை வெளியிட்டது.

9. பண்பாட்டுப் புரட்சியில் பௌத்தம் — 2012 நிலாசூரியன் பதிப்பக வெளியீடு

10. விசாகை — 2013 — குறுங்காவியம், மெத்தா பதிப்பகம்

11. அனாதபிண்டிகர் — 2013 — குறுங்காவியம், மெத்தா பதிப்பகம்

12. பௌத்தத் தமிழ் இலக்கிய வரலாறு (இருபதாம் நூற்றாண்டு) மெத்தா பதிப்பகம், — 2014 — ஆங்கிலத்தில் பேராசிரியர் தாமஸ் மூலமாக மொழிபெயர்க்கப்பட்டுள்ளது.

13. அடித்தட்டு மக்களின் விடுதலையே அனைவருக்குமான விடுதலை 2014 (தமிழக அரசின் பாராட்டுப் பெற்றது) பாலம் வெளியீடு.

14. புத்தரின் வரலாற்றில் பெண்கள் — 2020, மெத்தா பதிப்பகம்.

15. ஒப்பீட்டு நோக்கில் பௌத்தமும் தமிழும் — 2022, அறம் பதிப்பகம்

16. தென்னிந்தியாவில் பாசாகேப் அம்பேதகர் — 2022, பாபாசாகேப் அம்பேத்கர் கலை இலக்கியச் சங்கம்.

17. பௌத்தமும் திராவிட இயக்கமும் — 2023 மெத்தா பதிப்பகம்.

18. நவீன கால பௌத்த மறுமலர்ச்சி முன்னோடிகள், பாபாசாகேப் அம்பேத்கர் கலை இலக்கியச் சங்கம் (அச்சில்)

19. பகவன் புத்தரிலிருந்து பாவலர் தமிழ்ஒளி வரை (சமூக, சமய, கலை, இலக்கியக் கட்டுரைகள்) பரிசல் வெளியீடு (அச்சில்)

20. கவிஞர் தமிழ்ஒளியின் கவிதைகளில் பௌத்தத் தாக்கம் (கவிஞர் தமிழ்ஒளியின் நூற்றாண்டு விழாவை முன்னிட்டு பாபாசாகேப் அம்பேத்கர் கலை இலக்கியச் சங்கம் சார்பில் வெளிவரும் நூல்)

21. பண்டிதர் அயோத்திதாசரும் மகாமதுர கவிஞர் வீ.வே. முருகேச பாகவதரும் (ஒப்பீட்டு ஆய்வு பாபாசாகேப் அம்பேத்கர் கலை இலக்கிய சங்க வெளியீடு)

22. தம்ம விளக்கக் கட்டுரைகள் (அச்சில்) மெத்தா பதிப்பகம் சென்னை

ஆராய்ச்சிகள்

1. தமிழில் கதைப்பாடல் சார் திரைப்படங்கள் (1956—1960) முனைவர் பட்ட ஆய்வேடு இன்னும் நூலாக்கம் பெறவில்லை.

2. சங்கப் புறப் பாடல்களில் கருத்தாடல் நெறி 2017 இல் செம்மொழி தமிழாய்வு மத்திய நிறுவனத்தில் சமர்ப்பிக்கப்பட்ட குறுந்திட்ட ஆய்வு

தொகுத்த மற்றும் பதிப்பித்த நூல்கள்

1. மகா மதுர கவிஞர் வீ.வே. முருகேச பாகவதர் தேர்ந்தெடுக்கப்பட்ட பாடல்களும் கவிதைகளும்—2010, பூங்குயில் பதிப்பகம், வந்தவாசி

2. பாபாசாகேப் அம்பேத்கரின் பௌத்த ஆக்கங்கள்—2013 (உதவி முனைவர் பெ.விஜயகுமார்) மெத்தா பதிப்பகம்.

3. தமிழ்க் கவிஞர்கள் பார்வையில் பௌத்தம் — 2013 (உதவி சித்தார்த்தன்) மெத்தா பதிப்பகம்.

4. மகாமதுர கவிஞர் வீ.வே. முருகேச பாகவதர் படைப்புகள் தொகுதி ஒன்று — 2014 (தமிழ் வளர்ச்சித் துறையின் நிதி உதவி பெற்ற நூல்), நிலா சூரியன் பதிப்பகம்.

5. தமிழ்ப்பண்பாட்டில் பௌத்தம் 2014 காவியா பதிப்பகம் வெளியீடு (முனைவர் போதிபால, திரு. அன்பன் அவர்களுடன் இணைந்து பதிப்பித்த நூல்)

6. புத்தரின் சீடர்களும் பௌத்தம் பரப்பிய ஞானிகளும் 2014 (பிக்கு போதி பால, திரு. ஓ.ரா.ந கிருஷ்ணன், திரு. வாணிதாசன் இவர்களுடன்) மெத்தா பதிப்பகம்.

7. அயோத்திதாசரின் "சுதேச சீர்திருத்தம்" பாபாசாகேப் அம்பேத்கர் கலை இலக்கியச் சங்கம் (2017ல் சென்னைப் பல்கலைக்கழக தமிழ் மொழி இலக்கியத் துறையில் "நவீனத் தமிழ்ச் சமூக முன்னோடி பண்டித அயோத்திதாசர்" என்னும் தலைப்பில் நடத்தப்பட்ட கருத்தரங்கத்தின் பொழுது வெளியிடப்பட்ட குறுநூல்)

8. சித்தார்த்தா புத்தக சாலை நூற்றாண்டு விழா மலர் — 2019 (புத்தக சாலையின் நூற்றாண்டு விழாவை சென்னைப் பல்கலைக்கழகத்திலும் பின்னர் கோலார் தங்கவயலிலும் கொண்டாடி பல்வேறு கட்டுரைகளை இணைத்து 360 பக்கங்களில் கொண்டுவரப்பட்ட விரிவான ஆய்வு மலர்)

9. இ.நா. ஐயாக்கண்ணு புலவர் படைப்புகள் (அச்சில்) (திருப்பாசுரக்கொத்து, பகவத் தியான பக்திரச கீர்த்தனைகள், மைசூர் சமஸ்தான சரித்திரம்)

மொழிபெயர்ப்புகள்

1. மனித மன வகைபாடுகள் (புக்கல பஞ்ஞுதி) பிக்கு டாக்டர் போதி பாலா அவர்களுடன் இணைந்து பாலி ஆங்கிலத்தில் இருந்து தமிழ் மொழியில் பெயர்க்கப்பட்ட அபி தம்மப் பிடகத்தின் ஒரு நூல்

2. பாலி மொழி: அறிமுகம் பிக்குகு போதி பால அவர்களுடன் இணைந்து வெளியிட்ட சிறு நூல்.

3. மிலிந்தரின் வினாக்கள்: அறிமுகம். (மிலிந்தபண்ஹ என்ற பாலி மொழி நூலினை ஆங்கிலத்தில் பிக்கு பெசாலா மொழிபெயர்ப்பின் வழியே தமிழில் ஓர் அறிமுகமாக வழங்கப்பட்டுள்ள நூல்).

சிறு பிரசுரங்கள்

1 புத்தரும் அவர் சமயத்தின் எதிர்காலமும் (பதிப்பாசிரியர்) 9.08.2009

2. பண்டித அயோத்திதாசர் தேர்ந்தெடுக்கப்பட்ட சிந்தனைகள் (தொகுப்பு) 2010

3. பௌத்தமும் திராவிட இயக்கமும் — 17,18, ஆகஸ்ட் 2022

பாபாசாகேப் அம்பேத்கர்
கலை இலக்கியச் சங்க வெளியீடுகள்

1. சித்தார்த்தா புத்தகசாலை நூற்றாண்டு விழா மலர்
   தொகுப்பு: முனைவர் க. ஜெயபாலன் மற்றும் குழுவினர்

   விலை ₹ 500

2. வைர ஊசி (வஜ்ரசூசி)
   பதிப்பு: முனைவர் து. பார்த்திபன்

   விலை ₹ 50

3. புழுதி படிந்த சொற்கள்
   ஆசிரியர்: கவிஞர் சித்தார்த்தன்

   விலை ₹ 150

4. அயோத்திதாசர் பண்டிதரின் பெண் விடுதலைச் சிந்தனைகள்
   தொகுப்பு: முனைவர் பெ. விஜயகுமார்

   விலை ₹ 400

5. அயோத்திதாச பண்டிதரின் சொற்பொழிவுகள்
   தொகுப்பு: முனைவர் பெ. விஜயகுமார்

   விலை ₹ 150

6. தென்னிந்தியாவில் பாபாசாகேப் அம்பேத்கர்
   ஆசிரியர்: முனைவர் க. ஜெயபாலன்

   விலை ₹ 350

7. அயோத்திதாச பண்டிதரும் சமகால பௌத்த ஆளுமைகளும்
   ஆசிரியர்: முனைவர் பெ. விஜயகுமார்

   விலை ₹ 250

8. அயோத்திதாச பண்டிதரின் தமிழன் இதழ் கடிதங்கள்
தொகுப்பு: முனைவர் பெ. விஜயகுமார்

விலை ₹ 750

9. மிலிந்தரின் வினாக்கள் அறிமுகம்
ஆசிரியர்: முனைவர் க. ஜெயபாலன்

விலை ₹ 150

10. பௌத்த மறுமலர்ச்சி முன்னோடி ஏ.பி. பெரியசாமி புலவர் சிந்தனைகள்
தொகுப்பு: முனைவர் பெ. விஜயகுமார்

விலை ₹ 500

அயோத்திதாசப் பண்டிதர் நூல்கள், பௌத்த நூல்கள் உள்ளிட்ட பிற நூல்களும் கிடைக்கும்.

நூல்கள் கிடைக்குமிடம்:

64/2, இரத்தின சபாபதி தெரு,
பழைய வண்ணாரப்பேட்டை,
சென்னை — 600021.
தொடர்பு எண்: 9884744460.

•••